AF897396

தலைப்புகள்

அதிசய கல்

அருங்காட்சியகம்

பரபரப்பான சாலை.. சாலையில் வாகனங்கள் அங்கும் இங்கும் சென்றுகொண்டே இருக்கின்றன.

அதில் ஒரு காரில் நம் கதையின் நாயகி பயணம் செய்கிறாள்.

கார் செல்லும் வழியில் இடது புறமாக ஒரு அருங்காட்சியகம் இருந்தது.

அருங்காட்சியகத்தின் வாசலில் அந்த வாகனம் நின்றதும் வாகனத்தில் இருந்து ஒரு பெண் இறங்கினாள். பார்ப்பதற்கு கண்களில் கண்ணாடி, கைகளில் இரண்டு புத்தகங்கள், தோலில் ஒரு பெரிய பேக் என காரில் இருந்து இறங்கி நின்றாள்.

காரிலிருந்து இறங்கிய அந்த பெண் நேராக அந்த அருங்காட்சியகத்தில் நுழைகிறாள்.

நுழைவாயிலின் இடது மற்றும் வலது புறத்தில் இரண்டு பெரிய யானைகள் பிலிரிட்டு கொண்டு நிற்பதுபோல் சிலைகள் இருக்கின்றன, அதை பார்த்த வண்ணம் அருங்காட்சியகத்தின் உள்ளே நுழைகிறாள் அப்பெண்.

நுழைந்தவுடன் பிரமிப்பில் ஆழ்ந்தாள் அவள்.

அருகாட்சியத்தின் மையத்தில் ஒரு ராட்சத மீனின் எலும்புக்கூடு இருக்கிறது... அதை சுற்றி பார்வையாளர்கள் பார்த்துக்கொண்டும், புகைப்படம் எடுத்துக்கொண்டும் இருக்கிறார்கள்... அதை சுற்றி பல வகையான உயிரற்ற

மீன்கள், மற்றும் கடல் வாழ் உயிரினங்கள் என பலவகை உயிரினங்கள் இருக்கின்றன...

அதை பிரமிப்புடன் பார்த்தவண்ணம் இருக்கிறாள் அவள்..

அப்பொழுது அங்கு கோட் சூட் போட்டுக்கொண்டு ஒருவன் வந்து, அங்கு அருங்காட்சியகத்திற்கு வந்திருக்கும் குழந்தைகளை பார்த்து,

"பிள்ளைகளா..! அதை தொடாமல் பாருங்க...." என்று கூறிக்கொண்டிருந்தான்.

அப்போது திடீரென்று அவனுக்கு புயல் காற்று வீசியது போல் தோன்றியது.. அழகிய நறுமணம் அவனின் மூக்கை துளைத்தது.

"என்னடா இது...? புதுவகையான மாற்றமாக இருக்கிறதே..." என்று அந்த கோட் சூட் போட்டவன் மெல்ல திரும்ப,

அந்த அழகிய தென்றலின் உருவமாய் நம் கதையின் நாயகியான அப்பெண் அங்கு வந்து நின்றிருந்தாள்.

அவளை பார்த்த அக்கணம், "எனக்கென ஏற்கனவே பிறந்தவள் இவளோ...." என்ற பாடல்கள் இவனுக்குள் ஒலித்தது, உடல் சிலிர்த்தது ...

இதே மாற்றங்களுடன் அந்த பெண்ணை நெருங்கினான் அவன்.

அருகில் வந்து, தன் உடைகளை சரிசெய்து கொண்டு, தொண்டையை கணைத்தான் அவன்.

அப்பெண் மெல்ல அவனை திரும்பி பார்க்க... அப்படியே அவன் மெல்ல பேச தொடங்கினான்,

"தங்களை இந்த அருங்காட்சியகத்திற்கு வரவேற்கிறேன்... என் பெயர் ஜேம்ஸ், நான் இந்த அருங்காட்சியகத்தின் உயர்

அதிகாரி, தங்களுக்கு ஏதேனும் உதவி வேண்டுமா...?" என்று கேட்டான்.

"ஆமாங்க.... என் பெயர் அனிதா, நான் பேராசிரியர் அகிலன் அவர்களை பார்க்க வேண்டும்..." என்று கூறினாள் அப்பெண்.

இதை கேட்ட அடுத்தநொடி,

ஜேம்ஸ் மனதிற்குள் பாடிக்கொண்டிருந்த பாடல் சட்டென நின்றது..., அவன் முகம் திடீரென மாறியது.

"அகிலனை பார்க்க வேண்டுமா...? அவன் இங்கு இருப்பான் என்று உங்களுக்கு யார் சொன்னது...?" என்று கேட்டான் ஜேம்ஸ்.

"என்ன சார், ஒரு பேராசிரியரை அவன், இவன் என்றெல்லாம் பேசுகிறீர்கள்..." என்று கேட்டால் அனிதா.

இதை கேட்டதும் கோபமான ஜேம்ஸ்,

"இதோ பார், யாரை எப்படி அழைப்பது என்று எனக்கு தெரியும்... நீ சொல்ல தேவையில்லை.." என்று கூறினான் ஜேம்ஸ்.

"கோபித்துக்கொள்ளாதீர்கள்... என் நண்பர்கள் தான் அகிலன் இங்கிருப்பார் என்று கூறினார்கள்.. அதான் இங்கு வந்தேன், அவர் இப்போ எங்கு இருக்கிறார்..." என்று அனிதா கேட்க,

"உன் நண்பர்கள் கூறினால், அவன் இங்குதான் இருப்பானா...? அவன் இங்கு இல்லை, மேல் மாடியில் இருக்கிறான்..." என்று ஜேம்ஸ் கூறிவிட்டு கண்களை மேலும் கீழும் உருட்டினான். அடுத்தகனம்,

கோபத்துடன் அனிதா, "யோவ், லூசு.... உனக்கென்ன பைத்தியமா...? நான் சரியாகத்தான கேட்டேன்.... ஒழுங்கா பதில் கூற வேண்டியதுதானே..." என்று கூற,

சட்டென பயந்த ஜேம்ஸ், "அம்மா, மன்னித்து கொள்ளுங்கள், சும்மாதான் சொன்னேன், தவறாக எண்ண வேண்டாம். நீங்க போங்க..." என்று கூறி சற்று விலகி நின்றான் ஜேம்ஸ்.

அனிதா, ஜேம்ஸை பார்த்து முறைத்தவண்ணம் அங்கிருந்து சென்றாள்.

அனிதா அங்கிருந்து சென்றதும் சற்று தூரம் சென்றவுடன்,

ஜேம்ஸ் "பெரிய பாஜாரியாக இருப்பாள் போல" என்று மனதுக்குள் எண்ணிக்கொண்டே .... "ஆமா.. என்ன விஷயமா அகிலனை பார்க்க வந்தீங்க.." என்று சற்று குரலை உயர்த்தி கேட்டான் ஜேம்ஸ்.

அதற்கு அனிதா திரும்பி கடும் கோபத்துடன் ஒரு முறை முறைத்தாள்... "அய்யோ..! கேட்டது தப்பா போச்சே.... மறுபடியும் மண்ணித்துகொள்ளுங்கள்..."என்று கூறி அங்கிருந்து சென்றான் ஜேம்ஸ்.

நேரே சென்ற அனிதா மேல்தளத்தில் ஒரு அறையின் வெளியில் நின்றாள்..

அந்த அறையின் ஜன்னலோரம் கவனித்தபோது,

அகிலன் அங்கு சில சிறுவர்களை அழைத்து பாடம் எடுத்துக்கொண்டு இருந்தான்...

அனிதா, அகிலனை பார்த்துக்கொண்டு இருப்பதை அகிலனும் அந்த அறையில் இருந்தவாரு கவனித்தான்... பார்த்துவிட்டு "யார் நீங்கள் ..?" என்று கை சைகையால் கேட்டான்...

அதை கவனித்த அனிதா "நான் உங்களிடம் கொஞ்சம் பேச வேண்டும்..." என்று இவளும் சைகை மூலம் கூறினாள்.

"ஐந்து நிமிடம் சற்று காத்திருங்கள், வருகிறேன்.." என்று கூறிவிட்டு மீண்டும் அந்த சிறுவர்களுக்கு பாடம் எடுத்துக்கொண்டிருந்தான் அகிலன்.

சிறிது நேரம் கழித்து அகிலன் வெளியில் வந்தான்...

"வணக்கம் என் பெயர் அகிலன் .." என்று கூறி அறிமுகமானான் அவன்.

அனிதாவும் "ம்... தெரியும், என் பெயர் அனிதா... நான் உங்களை சந்திக்க வேண்டும் என்று தான் இங்கு வந்தேன்..." என்று கூறி அறிமுகமானாள்.

"என்னை சந்திக்கவா..? சொல்லுங்க, என்ன விஷயம்...?" என்று கேட்டான் அகிலன்.

"இந்த விஷயத்தை பற்றி இங்கு பேச முடியாது.. உங்களிடம் தனியாக பேச வேண்டும் .." என்று கூறினாள் அனிதா..

அகிலன் சற்று யோசித்து விட்டு "சரி.. வாருங்கள்..." என்று கூறிக்கொண்டு இருவரும் அங்கிருந்து சென்றனர்..

இருவரும் கீழே இறங்கி வரும் போது , ஜேம்ஸ் அங்கிருந்த சிறுவர்களை பார்த்து "டேய்.. தம்பி அதெல்லாம் தொடக்கூடாது..." என்று வேறு சில சிறுவர்களை மிரட்டி கொண்டிருந்தான்...

இருவரும் சேர்ந்து வருவதை பார்த்துவிட்டு..

" அகிலன்...!" என்று கூப்பிட்டான் ஜேம்ஸ்.

அதை பார்த்துவிட்டு இருவரும் ஜேம்ஸ் அருகில் சென்றனர்..

"எங்க ஜோடியா கிளம்பி போறீங்க,..?" என்று கேட்டான் ஜேம்ஸ்..

"ஒன்றுமில்லை சார், என்னிடம் தனியாக பேசவேண்டும் என்று கூறினார்கள், அதான் வெளியில் கூட்டிச் செல்கிறேன்..."என்றான் அகிலன்.

"வேலை நேரத்தில் போறீங்க,... அனுமதி வாங்க வேண்டும் என்று தெரியாதா உனக்கு...?" என்று கேட்டான் ஜேம்ஸ்.

இதையெல்லாம் கோபத்துடன் கவனித்து கொண்டிருந்தாள் அனிதா..

அதை கண்ட ஜேம்ஸ்..."என்ன பார்வைடா...இது.." என்று நினைத்து கொண்டு கண்களை மேலும் கீழும் உருட்டினான்...

அகிலன், "மன்னிச்சுருங்க சார், அனுமதி கொடுங்க..." என்று கேட்டான் அகிலன்.

அனிதாவின் கோபத்தை பார்த்து கொண்டிருந்த ஜேம்ஸ், "இதற்கு மேல் கேள்வி கேட்டால், கடித்து கொதறிவிடுவாள் போல,.." என்று நினைத்துகொண்டு "சரி..சரி... போய்ட்டு வாங்க..." என்று கூறினான் ஜேம்ஸ்.

"நன்றி சார்.."என்று கூறிவிட்டு அங்கிருந்து இருவரும் சென்றனர்

"இவனிடம் எல்லாம் ஏன் பேச்சு கொடுக்குறீங்க..?" என்று கேட்டாள் அனிதா...

"அப்படியெல்லாம் சொல்லாதீங்க.. அவர்தான் இந்த அருங்காட்சியத்திற்கு உயர் அதிகாரி அதனால் தான்..." என்று கூறினான் அகிலன்.

இவ்வாறு பேசிக்கொண்டே இருவரும் வெளியில் நின்ற அகிலனின் காரில் ஏறி ஒரு ஹோட்டலுக்கு சென்றனர்...

இருவரும் தனி மேஜையில் அமர்ந்தார்கள்.. முதலில் அனிதா பேச தொடங்கினாள்...

"ஆல்பெர்ட்..... என்பது யார் என்று தெரியுமா..?" என்று கேட்டாள் அனிதா.

அதை கேட்ட அகிலன் "அவர் என் தந்தை .. ஆனால் இப்பொழுது அவர் உயிருடன் இல்லை..." என்றான்.

"அவர் எப்படி இறந்தார் என்று உங்களுக்கு தெரியுமா..? " என்று கேட்டாள் அனிதா..

"கார் விபத்தின் மூலம் இறந்தார்.." என்று கூறினான் அகிலன்.

"அவர் மிகப்பெரிய அறிவியல் வல்லுநர், அவருடைய ஆராய்ச்சி மிகப்பெரும் அதிசயம்..." என்று கூறினாள் அனிதா.

"நீங்கள் கூறுவது உண்மை தான்... ஆனால் இப்பொழுது நீங்கள் வந்த நோக்கம் என்ன...?" என்றான் அகிலன்.

"உங்கள் தந்தை இறந்து போவதற்கு முன்னால் உங்களிடம் ஏதேனும் கூறினாரா...?" என்று கேட்டாள் அனிதா.

சட்டென தயங்கிய அகிலன், "அதெல்லாம் ஒன்றும் கூறவில்லை... அவர் இறந்த நேரத்தில் நான் வெளியூரில் இருந்தேன், நான் வந்து என் தந்தையை பார்ப்பதற்குள் அவர் இறந்துவிட்டார். " என்று கூறினான் அகிலன்.

அதைக்கேட்ட அனிதா, "சற்று யோசித்து பாருங்கள், அதற்கு முன் ஏதேனும் சந்தித்தீர்களா...?" என்று கேட்டாள் அனிதா.

"இல்லை, நான் என் தந்தையை சந்திக்கவில்லை..." என்று கூறினான் அகிலன்.

அதேநேரம் அவர்கள் இருந்த ஹோட்டலின் வெளியில் இரண்டு கார்கள் நின்று கொண்டிருப்பதை பார்த்தாள் அனிதா.

அதை பார்த்ததும் அனிதா கொஞ்சம் மாருதலாக நடந்து கொண்டாள்.

பிறகு "சரி அகிலன், வாங்க போவோம்..." என்று கூறிவிட்டு அங்கிருந்து இருவரும் சென்றனர்.

"என்ன நீங்க வந்தீங்க.. அப்பாவை பற்றி கேட்டீங்க... இப்போ கிளம்பலாம் என்று சொல்றீங்க .." என்றான் அகிலன்.

"சொல்றேன்... வாங்க" என்று கூறி எழுந்து நின்றாள் அனிதா.

பிறகு அகிலனும் எழுந்து நின்றான்...

பிறகு இருவரும் அங்கிருந்து கார் இருக்கும் இடத்திற்கு சென்றனர்.

அனிதாவை ஒரு இடத்தில் நிற்க சொல்லிவிட்டு, காரை எடுத்து வர சென்றான் அகிலன்.

சிறிது நேரத்தில் காருடன் அங்கு வந்தான் அகிலன்.

அனிதா இரண்டடி முன் வந்து, கார் கண்ணாடியை இறக்க சொன்னாள்.

கண்ணாடியை இறக்கியவாரு, "ம்.. கார்ல ஏறுங்க..." என்றான் அகிலன்.

அனிதா எதுவும் பேசாமல், ஒரு பேப்பரை நீட்டினாள்.

அதை வாங்கிக்கொண்ட அகிலன், அந்த பேப்பரை பிரிக்க எண்ணினான்.

அனிதா அதை தடுத்து,

"இங்க பக்கத்தில் தான் நான் தங்கியிருக்கேன்... நான் சென்ற பிறகு இந்த பேப்பரை படிங்க..." என்று

சொல்லிவிட்டு அங்கிருந்து வேகமாக புறப்பட்டு சென்றாள் அனிதா.

அந்த பேப்பரை பெற்றுக்கொண்ட அகிலன், அனிதா சென்ற திசையையும், அவள் கொடுத்து சென்ற பேப்பரையும் பார்த்தான்.

அனிதா சென்ற பிறகு பேப்பரை பிரித்து படித்தான்... அதை படித்ததும் அகிலன் முகமே மாறியது...

அகிலன் ஒரு கணம், அனிதா சென்ற திசையை பார்த்தான். பிறகு அவள் கொடுத்த பேப்பரை பார்த்தான்.

அடுத்த நொடி, காரை எடுத்துக்கொண்டு வேகமாக அங்கிருந்து சென்றான் அகிலன்.

அங்கிருந்து புறப்பட்ட அகிலன், நேரே அருங்காட்சியத்திற்கு வெளியில் காரை கொண்டுவந்து நிறுத்தி உள்ளே இருந்த ஜேம்ஸ்க்கு ஃபோன் செய்து வெளியில் வர சொன்னான்.

சற்று நேரத்தில் வெளியில் வந்த ஜேம்ஸ் "டேய், என்னடா...? வெளியில் நின்று ஃபோன் பண்ணி கூப்பிடுறியே..?" என்றான் ஜேம்ஸ்.

"அதெல்லாம் இருக்கட்டும் என் காரை எடுத்துக்கொள்" என்று கூறிவிட்டு காரில் இருந்து இறங்கினான் அகிலன். இறங்கி கார் சாவியை ஜேம்ஸிடம் கொடுத்தவன்னம் வேகமாக அருங்காட்சியகத்தின் உள்ளே சென்றான் அகிலன்...

"என்ன..?, இவன் வந்தான், ஃபோன் பண்ணான், காரை வைத்துக்கொள் என்று சொல்லிட்டு உள்ள போய்விட்டான்" என்று புலம்பி கொண்டு நின்றான் ஜேம்ஸ்.

திடீரென அங்கு இரண்டு கார்கள் வந்து நின்றது, அதில் இருந்து நான்கு பேர் கையில் துப்பாக்கியுடன் இறங்கினார்கள்.

நேரே வந்து ஜேம்ஸ்யை சுற்றி வளைத்தனர்.

பயத்தில் நடுங்கி கைகளை உயர்த்தி நின்ற ஜேம்ஸ் "இதுக்குதான் அவன் இப்படி ஓடினானா.." என்று மனதிற்குள் நினைத்து கொண்டான்.

அந்த நால்வரில் ஒருவன் "அவனுக்கு ஃபோன் செய்து வரச்சொல் .." என்று கூறினான்.

"எவனுக்கு..?" என்று கேட்டான் ஜேம்ஸ்.

அடுத்த நொடி "பளார்..!" என்ற சத்தம் கேட்டது.

ஜேம்ஸ் கண்ணத்தில் கை வைத்தபடி நிற்க, அருகில் நின்றவன்..

"அகிலனுக்கு ஃபோன் பண்ணு..." என்று மிரட்டினான்.

வேறுவழியில்லாமல் பயத்தோடு

ஜேம்ஸ், அகிலனுக்கு ஃபோன் செய்தான். ஃபோனின் சப்தம் காருக்குள் இருந்து கேட்டது...

அனைவரும் காருக்குள் நோக்கினர்..

அதில் ஒரு ஃபோன் இருந்தது,

இதை பார்த்ததும் ஜேம்ஸ் நடுநடுங்கி போனான்.

"சார்... அவன் நீங்க வர்றத தெரிஞ்சுகிட்டு, ஃபோன், கார் எல்லாம் இங்கேயே விட்டுட்டு போய்ட்டான் சார்..." என்றான் ஜேம்ஸ்.

நால்வரில் ஒருவன், ஜேம்ஸ் கன்னத்தில் ஒரு குத்துவிட்டான். உடனே ஜேம்ஸ் வாயை மூடிக்கொண்டு எதுவும் பேசாமல் அமைதியானான்.

பிறகு ஜேம்ஸ் அருகில் நின்றவன், சுற்றியிருந்த இருவரை பார்த்து கண் அசைத்தான்.

உடனே இருவர் அருங்காட்சியத்திற்குள் சென்று பார்த்தனர்.

கொஞ்சம் நேரம் கழித்து வந்த அவர்கள் "அவன் இங்கு இல்லை.."என்று கூறினார்கள்...

அப்படியே நால்வரும் முறைத்தபடி ஜேம்ஸை பார்த்தான்.

ஜேம்ஸ் பயத்தின் உச்சியில் இருந்தான்.

தப்பிய அகிலன், மாட்டிகொண்ட ஜேம்ஸ்

தப்பி சென்ற அகிலன், நேரே அவனுடைய வீட்டுக்கு போய், ஒரு சில பொருட்கள், துணிமணி போன்றவற்றை எடுத்துக்கொண்டு வேகமாக அங்கிருந்து புறப்பட்டான்..

நேரே ஒரு ஹோட்டலுக்கு சென்று, அங்கு ஒரு அறைக்கு சென்றான்... அறையின் முன் நின்று கதவை தட்டினான் அகிலன்.

கொஞ்ச நேரம் கழித்து, அந்த அறையின் கதவு திறக்கப்பட்டது.

அகிலன் நிமிர்ந்து பார்க்க, எதிரே அனிதா நின்றுகொண்டிருந்தாள்.

அவளை பார்த்துவிட்டு "அப்பாடா... வருவதற்குள் போதும் போதும் என ஆகிவிட்டது..." என்றான் அகிலன்.

"முதல்ல உள்ள வா..." என்று சொல்லி அனிதா, அகிலனை அறைக்குள் அழைத்து சென்றாள்.

"நீ வந்துவிடுவாய் என்று தெரியும், ஏன் இவ்வளவு தாமதம்...?" என்று கேட்டாள் அனிதா.

"நீ எனக்கு தந்த முகவரி சீட்டில் நீ எழுதியிருந்தது போல் சிலர் என்னை பின்தொடர்ந்து வந்தார்கள்.." என்று கூறிவிட்டு நடந்தவற்றை கூறினான் அகிலன்.

"பாவம்... அந்த ஜேம்ஸை ஏன் மாட்டிவிட்டாய்....?" என்று கேட்டாள் அனிதா.

"எனக்கு வேற வழி தெரியவில்லை, அதான்.." என்றான் அகிலன்.

"அவன் உன்னை காட்டிக்கொடுத்து விடுவானே..?" என்றாள் அனிதா.

"அதனால் என்ன.. அவர்களுக்கு அங்கு ஒன்றும் கிடைக்காது... ஜேம்ஸ்க்கு என் வீட்டை தவிர்த்து வேறெதுவும் தெரியாது..." என்றான் அகிலன்.

"ம்.. சரி சரி, நீ சாப்பிட்டாயா...?" என்று கேட்டாள் அனிதா.

"இல்லை" என்றான் அகிலன்.

"வா சாப்பிடுவோம்.." என்று கூறிவிட்டு இருவரும் உணவருந்த சென்றார்கள்.

இந்த பக்கம் ஜேம்ஸ்யை கடத்தி சென்ற அந்த நான்கு பேர் நேரே அகிலனின் வீட்டுக்கு சென்று சோதனையிட்டனர். அவர்களுக்கு ஒன்றும் கிடைக்கவில்லை..

அந்த நான்கு பேரில் ஒருவன் " டேய், மரியாதையாக சொல்லு, அவன் எங்கு இருக்கிறான்...? சொல்லவில்லை என்றால் உன் தலை சிதறிவிடும்..." என்று ஜேம்ஸ்யை நோக்கி துப்பாக்கியை நீட்டினான்.

"ஐயோ..! சார்... எனக்கு ஒன்றும் தெரியாது... இதுதான் அவன் வீடு.... மற்றபடி எனக்கு ஒன்றும் தெரியாது சார்..." என்று பயத்தில் கதறியபடி கூறினான் ஜேம்ஸ்.

அப்போது அந்த இடத்திற்கு ஒரு கார் வந்து நின்றது...

காரில் இருந்து ஒரு பெண், கோட் சூட் போட்டுக்கொண்டு, திமிரான பானியில் இறங்கி நடந்து வந்தாள்..

அந்த பெண் கையில் துப்பாக்கியும் வைத்து இருந்தாள்.

இதை பார்த்த ஜேம்ஸ், "ஐயோ மறுபடியும் இன்னொரு துப்பாக்கி..." என்று புலம்பி கொண்டான்.

அந்த நால்வரில் ஒருவன் அந்த பெண் அருகில் வந்து, "மேடம், அகிலன் தப்பிவிட்டான்... இவன் அவனுடன் வேலை பார்ப்பவன்..." என்றான்.

உடனே, ஜேம்ஸ் குறுக்கிட்டு "ஐயா, நீங்கள் கூறுவது தவறு, அவன் தான் என்னிடம் வேலை பார்க்கிறான்.." என்றான்.

"வாயை மூடு, எல்லாம் எனக்கு தெரியும்..." என்றான் அவன்.

அந்தபெண் நேரே ஜேம்ஸ்யை நோக்கி சென்றாள்..

"சரி, நீ கூறுவது போல் வைத்து கொள்வோம்.. அவனுடன் யாரெல்லாம் இருக்கிறார்கள்...?" என்று கேட்டாள் அப்பெண்.

"அவனுடன் யாரும் இல்லை, அவன் தந்தை கூட சமீபத்தில் இறந்து விட்டார்.. அவன் தனியாகத்தான் இருக்கிறான்..." என்றான் ஜேம்ஸ்.

"வேறு யாரும் கிடையாதா...? நண்பர்கள் யாராவது இருக்கிறார்களா..?" என்று கேட்டாள் அப்பெண்.

"யாரும் இல்லை..." என்று கூறிவிட்டு சற்று யோசித்தபடி, "இன்று காலையில் ஒரு பெண் அவனை தேடி வந்தாள்... இருவரும் ஒன்றாகத்தான் வெளியில் சென்றார்கள்.. சற்று முன் அவன் என்னை வந்து பார்த்த போது அந்த பெண் அவனோடு இல்லை..." என்று கூறினான் ஜேம்ஸ்.

உடனே அப்பெண் கையால் ஒரு சுடக்கு போட்டாள், ஒருவன் வந்து அவளிடம் ஒரு போட்டோவை கொடுத்தான்...

அதை ஜேம்ஸிடம் காட்டி, "அவனை தேடி வந்த பெண், இவளா என்று பார்..." என்று கேட்டாள் அப்பெண்.

"ஆம்.. இவள் தான்.." என்று கூறினான் ஜேம்ஸ்.

உடனே அருகில் இருந்தவனிடம் இவளுடைய ஃபோன் நம்பரை பரிசோதனை செய்து, அதை பின்தொடர சொன்னாள் அப்பெண்.

சற்று நேரத்தில் அவன் "மேடம், இவளுடைய ஃபோனும் உபயோகத்தில் இல்லை..." என்றான் ஒருவன்

என்ன செய்வதென்று தெரியாமல், கோபத்தில், அருகில் இருந்த ஜேம்ஸ் கண்ணத்தில் ஒரு அரை விட்டாள் அப்பெண்.

கண்ணத்தில் கை வைத்தபடி, "இந்தாமா.. என்ன நினைச்சுட்டு இருக்கீங்க, ஆளாளுக்கு அடிக்கிறீங்க...? இதெல்லாம் நல்லாயில்லை பார்த்துக்கோங்க..." என்றான் ஜேம்ஸ்.

சட்டென சுற்றி இருந்தவர்கள், ஜேம்ஸ்க்கு எதிராக துப்பாக்கியை நீட்டினார்கள்.

இதைக்கண்ட ஜேம்ஸ், "அய்யோ..! இன்னும் என்னென்ன செய்ய போறாங்களோ..?" என்று நினைத்து புலம்பிக்கொண்டான்.

"இவனை காரில் ஏற்றுங்கள் ..." என்று கூறிவிட்டு, அப்பெண்ணும் காரில் ஏறிக்கொண்டு அனைவரும் அங்கிருந்து புறப்பட்டு சென்றனர்.

அதிசய கல்

ஹோட்டலில் அகிலன், அனிதா இருவரும் உணவருந்திய பிறகு அகிலன், அனிதாவிடம் "ஆமாம், என் தந்தை இறப்பதற்கு முன் உன்னிடம் என்ன கூறினார்" என்று கேட்டான்.

"உன் தந்தை கடந்த 6 ஆண்டுகாலம் உன்னுடன் இருந்திருக்க மாட்டார் சரியா..?" என்று கேட்டாள் அனிதா.

"ஆம் சரிதான்.." என்றான் அகிலன்.

"உன் தந்தை எங்களிடம் ஒரு ஒப்புதல் போட்டுக்கொண்டார்... அது என்னவென்றால் உலகத்திலேயே மிக சிறந்த மற்றும் வலுவான ஆயுத இயந்திரம் ஒன்றை தயாரித்து தருவதாக..." என்று கூறினாள் அனிதா.

"ஏன் ஒப்புக்கொண்டார்...? " என்று கேட்டான் அகிலன்.

"அதற்கு காரணம் நீதான்.. உன்னை பகடை காயாக வைத்து, பாவம் அவர் மாட்டிக்கொண்டார்..." என்றாள் அனிதா.

"நான் காரணமா..? எனக்கு புரியவில்லை...?" என்றான் அகிலன்.

"கொஞ்ச நேரத்திற்கு முன்னால் சிலர் உன்னை பின்தொடர்ந்து வந்தார்கள் அல்லவா...? அவர்கள் உன்னை கடந்த 3 ஆண்டுகாலம் உன்னை பின்தொடர்ந்து வருகிறார்கள்.. அது உனக்கு தெரியுமா..?" என்றாள் அனிதா.

இதை கேட்ட அகிலன் அதிர்ச்சியில் இருக்கையில் இருந்து எழுந்து, "என்ன கூறுகிறாய்... 3 வருடமாக என்னை ஏன் பின்தொடர வேண்டும்...?" என்று கேட்டான் அகிலன்.

"ஆறு வருடத்திற்கு முன்னால், உன் தந்தை ஒரு மிகப்பெரிய விஷயம் ஒன்றை கண்டறிந்தார்...

ஆராய்ச்சிக்காக அவர் பல இடங்கள் செல்வதுண்டு, அதேபோல் ஒரு தீவுக்கு சென்றிருந்தார். அங்கு ஒரு வித்தியாசமான கல்லை கண்டறிந்தார்... அக்கல்லை ஆராய்ந்ததில் 1000 வருடம் பழமை வாய்ந்ததாகவும், மேலும் இந்த கல் நம்ம கிரகத்தை சார்ந்தது அல்ல என்பதையும் கண்டறிந்தார்..." என்றாள் அனிதா.

"அப்படியென்றால் அக்கல் வேற்று கிரகத்தை சார்ந்ததா...?" என்று கேட்டான் அகிலன்.

"ஆம், அந்த கல் வேற்று கிரகத்தை சேர்ந்தது.. 1000 வருடம் கழித்தும் அந்த கல்லில் இருந்து கதிர்வீச்சுகள் வெளியானது எங்களுக்கு மிகப்பெரிய ஆச்சரியத்தை ஏற்படுத்தியது...

மேலும் அந்த கல் ஒரு கல்லாகவே எங்களுக்கு தோன்றவில்லை... அந்த கல்லை மேற்கொண்டு ஆராய்ந்ததில் 1000 வருடத்திற்கு முன்பு இந்த உலகத்திற்கு 👽ஏலியன்ஸ் வந்திருக்கக்கூடும் என்று எங்களுக்கு தெரியவந்தது...

மேலும் அந்த கல் எங்களுக்கு ஒரு அதிசயமாகவே தென்பட்டது.

காரணம், அந்த கல்லில் ஏற்ப்பட்ட காமா கதிர்வீச்சு மனித உயிருக்கு ஆபத்தானது. இதை வைத்து பார்த்ததில் இந்த உலகத்தை அழிக்க கூடிய சக்தி அதில் இருப்பதை கண்டறிந்தோம்.

அதனால் அக்கல்லை அழிக்க எண்ணினார் உன் தந்தை. ஆனால், அதை தடுத்து இதன் மூலம் ஒரு மிகப்பெரிய ஆயுதத்தை உருவாக்க சொன்னாள் அவள்..." என்றாள் அனிதா.

"அவளா...? யார் அது...?" என்று கேட்டான் அகிலன்.

" அவள் பெயர் அலிஸா.. அவள்தான் உன் தந்தையை இந்த இக்கட்டில் மாட்டிவிட்டாள்...

இந்த ஆயுதத்தை உருவாக்கி வெளிநாட்டிற்கு விற்கப்போகிறாள்.. உன்னை கொல்வதற்கு ஆட்களை அனுப்பி உன்னை பின்தொடர செய்தாள்... அந்த ஆயுதத்தை உருவாக்கவில்லை என்றால் உன்னை கொன்றுவிடுவதாக கூறி உன் தந்தையை மிரட்டினாள். ஆதலால் உன் தந்தை இதற்கு ஒப்புக்கொண்டார்." என்றாள் அனிதா.

இதை கேட்ட அகிலனுக்கு ஒரு கனம் கண்கள் கலங்கின..

"மேலும் உன் தந்தை அந்த இயந்திரத்தை கடந்த 3 ஆண்டுகளாக அரும்பாடுபட்டு உருவாக்கினார். பிறகு நான் மற்றும் என் நண்பர்கள் சிலரின் உதவி அவருக்கு கிடைத்தது.

அவரின் கஷ்டம் எங்களுக்கு புரிந்தது.

அவரை அங்கிருந்து தப்பித்து செல்ல, அலிஸாவுக்கு திட்டமிட்டு கொடுத்தோம்..

அதன்படி அந்த இயந்திரத்தை ஆரம்பிக்க கூடிய ஒரு சிறிய சிப்(chip) ஒன்றை எடுத்துக்கொண்டு, எங்களின் உதவியோடு அங்கிருந்து தப்பிவிட்டார். இதை தெரிந்து கொண்ட அலிஸா அவரை பிடிக்க திட்டமிட்டாள். அந்த முயற்சியில் தான் உன் தந்தை கார் விபத்தில் இறந்து விட்டார்.." என்று கூறினாள் அனிதா.

இதை கேட்ட அகிலன் ஒரு நிமிடம் ஆடிப்போனான்... தன் கண்கள் மூடி பின்னால் சாய்ந்தான்,

ஒரு வினாடி அவன் அவனுடைய தந்தையின் முகம் கண் முன் வந்து சென்றது.

அனிதா, அகிலனின் கையை பிடித்துக்கொண்டு "கவலைப்படாதே, உன் தந்தை அங்கிருந்து செல்வதற்கு முன்னால் என்னிடம் ஒன்று கூறினார். அந்த ஆயுதத்தை செயல்படுத்தினால் அதில் உள்ள கதிர்வீச்சு மூலம் நம் நாட்டிற்கு மிகப்பெரிய ஆபத்து வரக்கூடும்... ஆதலால் இந்த உலகம் அழிவதை தடுப்பது உன் கையில் தான் இருக்கிறது..." என்று கூறினாள் அனிதா. மேலும்,

"அவர் அங்கிருந்து தப்பிப்பதற்கு முன்னால் இந்த டாலரை என்னிடம் கொடுத்துவிட்டு, உன்னை பார்க்க சொன்னார். மேலும் நான் என் மகனிடம் அனைத்தயும் கூறிவிடுவேன், என் மகனை சென்று பார்.." என்று கூறினார்.

மெல்ல நிமிர்ந்த அகிலன், அனிதா வைத்திருந்த டாலரை வாங்கி பார்த்தான். அது பார்ப்பதற்கு சதுர வடிவிலான ஒரு கம்பி போல் இருந்தது...

"மேலும் அவர் என்ன கூறினார்...?" என்று கேட்டான் அகிலன்.

" அவர் அங்கிருந்து தப்பித்து சென்றதும், அலிஸா எங்களையும் தேட ஆரம்பித்துவிட்டாள்... அதில் என் நண்பர்கள் சிலர் இறந்துவிட்டனர்.. நான் மட்டும் பிழைத்து கொண்டேன்.

இப்பொழுது அவள் அந்த ஆயுத இயந்திரத்தை சுற்றி பலத்த பாதுகாப்பும் போட்டுவிட்டாள்....

உன் தந்தை என்னிடம் கூறியது, நான் என் மகனிடம் அனைத்தையும் கூறிவிடுகிறேன், ஒருவேளை நான் இறந்துவிட்டாள், நான் இறந்த பிறகு அவன் அறிந்துகொள்ளும் படி செய்துவிடுகிறேன் என்று கூறி இந்த டாலரை என்னிடம் கொடுத்தார்..." என்று கூறினாள் அனிதா.

அதை கேட்டு சற்று யோசித்தபடி இருந்த அகிலன் "இவ்வுலகில் எனக்கென இருந்தது என் தந்தை மட்டுமே, கடந்த மூன்று ஆண்டுகளாக அவரிடம் நான் ஃபோனில்

மட்டும் தான் பேசினேன். அப்பொழுது கூட என்னிடம் ஒன்றும் கூறவில்லை..." என்று கூறினான் அகிலன்.

"அவர் அங்கு ஒரு அடிமையாகத்தான் வேலை செய்தார்.. ஆதலால் அவரால் உன்னிடம் வெளிப்படையாக எதுவும் கூறமுடியாது..." என்று கூறினாள் அனிதா.

இவ்வாறு பேசிக்கொண்டே டாலரை திரும்ப திரும்ப பார்த்துக்கொண்டிருந்த அகிலன் அதில் ஒரு சிலுவை படம் போட்டிருப்பதை கவனித்தான்.

சட்டென அகிலனுக்கு ஒரு ஞாபகம் வந்தது. அனிதாவை அழைத்தான், "என் தந்தைக்கு சிறு வயதிலிருந்து ஜான் என்ற ஒரு நண்பர் இருந்தார்.. அவர் ஒரு தேவாலயத்தில் பணிபுரிந்து வருகிறார். ஆறு மாதத்திற்கு ஒருமுறை நான் அவரை சென்று பார்த்து வருவேன்... அப்பா இறந்தபிறகு இதுவரை நான் அங்கு செல்லவில்லை... அவரை சென்று பார்ப்போமா..? " என்று கேட்டான் அகிலன்.

"சரி.. செல்வோம்... " என்று கூறிவிட்டு இருவரும் புறப்பட்டனர்.

"கிளம்பும் முன் அனைத்தையும் எடுத்து கொள், நாம் மறுபடியும் இங்கு வரபோவதில்லை.." என்றாள் அனிதா.

"ஏன்..?" என்று கேட்டான் அகிலன்.

"நம்மை அவர்கள் தேடிக்கொண்டிருப்பார்கள்.." என்றாள் அனிதா.

"நாம் ஏன் போலீஸிடம் போகக்கூடாது..." என்று கேட்டான் அகிலன்.

"அப்படி போவதாக இருந்தால், போலீஸ் தான் வந்து உன்னை பார்த்திருப்பார்கள்... அவர்களும் சேர்ந்துதான் நம்மை தேடிக்கொண்டிருப்பார்கள்... அவ்வளவு ஏன் முக்கிய

குற்றவாளி என்று கூறி நம் ஃபோட்டோவை இந்த நகரம் முழுக்க கொடுத்திருப்பார்கள்..."என்று கூறினாள் அனிதா.

"அப்படியென்றால் நாம் வெளியில் சென்றால் மாட்டிக்கொள்வோம்..." என்றான் அகிலன்.

"பயப்பட வேண்டாம், நாம் செல்லும் போது முகத்தை சற்று அடையாளம் தெரியாமல் மாற்றி கொள்வோம்..." என்றாள் அனிதா.

"அது எப்படி முடியும்..." என்றான் அகிலன்.

"எல்லாவற்றையும் இப்பொழுதே கூறிவிட்டால் எப்படி.. சற்று பொறு..." என்று கூறிவிட்டு ஒரு அறைக்குள் சென்று கதவை பூட்டிகொண்டாள் அனிதா..

அலிஸா மற்றும் அவளுடைய ஆட்கள், கூடவே ஜேம்ஸ் எல்லோரும் நேரே காவல் துறையின் கட்டுப்பாட்டு அறைக்கு சென்றார்கள்...

அலிஸா வருவதை பார்த்ததும், ஒரு அதிகாரி ஓடி வந்து பக்கத்தில் நின்றான்.

"ஃபோட்டோ வந்ததா..?" என்று கேட்டாள் அலிஸா.

"ம்ம் வந்தது மேடம்... ஏற்கனவே தேட ஆரம்பிச்சுட்டோம்..." என்றான் அந்த அதிகாரி.

அப்போது ஒருவன், அந்த அதிகாரியின் அருகில் வந்து, அனிதாவின் புகைப்படம் அருகில் உள்ள ஒரு நகரில் கண்டறியப்பட்டதாக கூறினான்.

"மேடம்... நீங்க அனுப்பிய பெண்ணோட ஃபோட்டோ, ஒரு சிக்னல்ல இருந்த கேமராவில் பதிவாகிருக்கு.." என்றான் அந்த அதிகாரி.

இதை அறிந்த அலிஸா...

"அந்த இடத்தின் அருகில் ஏதாவது விடுதிகள், ஹோட்டல், அல்லது பார்க் போன்றவை இருந்தால், அதில் ஏதாவது கண்காணிப்பு கேமரா இருந்தால் அதிலுள்ள காட்சியை காட்டுங்கள்" என்றாள் அலிஸா.

இதையடுத்து அவர்களும் சற்று தேடி அங்கு அருகில் உள்ள ஒரு விடுதிக்குள் அனிதா நுழைவது தெரியப்பட்டது...

இதை உறுதி செய்த அலிஸா, தனது ஆட்களுடன் சிறிது போலிசார்களையும் அழைத்துக்கொண்டு அந்த இடத்திற்கு விரைந்து சென்றாள்.

மாறுவேடம்

அறைக்குள் போன அனிதா கொஞ்சம் நேரம் கழிச்சு கதவை திறந்தாள், அவளை பார்த்த அகிலன் அசந்து போய் நின்றான்.. கொஞ்ச நேரத்தில் உள்ள போன அனிதா என்ன ஆனால், வேற யாரோ வந்திருக்காங்க, என்கிற அளவுக்கு அகிலனுக்கு சந்தேகம் வந்துருச்சு... அங்கு அனிதா வந்து நின்றது ஒரு ஆண் வேடத்தில்.

திகைச்சு போய் நிக்கிற அகிலன் கிட்ட, "என்ன வேடிக்கை பார்த்துகிட்டு நிக்கிற, சீக்கிரம் போய் வேடம் போட்டுட்டு வா... உனக்கு தேவையானவற்றை முன்னாடியே எடுத்து வச்சுடேன்.. சீக்கிரம் போ..." என்று கூறுகிறாள் அனிதா.

அகிலனும் அதிர்ச்சியோடு மாறுவேடத்தில் இருக்கும் அனிதாவை பார்த்தபடி அறைக்குள் சென்றான். உள்ளே போய்ட்டு, போன வேகத்துல வெளியில் வந்தான் அகிலன்.

"ஏன் என்ன ஆச்சு...?" என்று கேட்டாள் அனிதா.

"இந்த வேடத்தை என்னால் போட முடியாது..." என்று கூறினான் அகிலன்.

"ஓங்கி ஒரு அறை விட்டேன்னு வை செவில் அந்த பக்கம் திரும்பிரும்... போ... சீக்கிரம் கிளம்பி வா... நமக்கு நேரம் இல்லை...." என்று கூறி அகிலனை அறைக்குள் தள்ளிவிட்டு கதவை மூடினாள் அனிதா...

நெடுநேரம் காத்திருந்த அனிதா, அகிலன் சென்ற அறையின் கதவை தட்டி, "என்னாச்சு...?"என்று கேட்டாள் அனிதா.

"பொறு, பொறு... ஐந்து நிமிடம்... வந்துடுறேன்.." என்று கூறினான் அகிலன்.

ஹோட்டலின் வெளியில் நிறைய கார்கள் வந்து நின்றது. சப்தம் கேட்டு ஜன்னல் வழியே வெளியே பார்த்தாள் அனிதா...

அலிஸா மற்றும் இன்னும் சில பேர் அங்கு வருவதை கண்டாள்.

இதை பார்த்தவுடன், சட்டென அறைக்குள் சென்ற அகிலனை கூப்பிட அறையின் கதவை வேகமாக தட்டினாள்.

"இதோ வருகிறேன்..." என்று கூறிவிட்டு கதவை சட்டென திறந்தான் அகிலன்.

அவனை பார்த்த அனிதா, சட்டென உறைந்து போய் நின்றாள். மேலும் சிரிப்பை அடக்க முடியாமல், சட்டென பயங்கரமாக சிரித்தாள் அனிதா.

"சிரி.. சிரி... இந்த வேடத்தில் என்னை பார்த்தால் அனைவரும் சிரிப்பார்கள்..." என்று கூறினான் அகிலன்.

அகிலன் அங்கு வந்து நின்றது ஒரு பெண் வேடத்தில்...

"ஏய்... மன்னிச்சுரு.... கவலைப்படாதே, என்னை தவிர உன்னை யாருக்கும் அடையாளம் தெரியாது, அதனால் யாரும் சிரிக்க மாட்டார்கள். சரி வா போகலாம்..." என்று கூறினாள் அனிதா.

"இந்த வேடம் ரொம்ப அவசியமா..?" என்று கேட்டான் அகிலன்.

"வேறு வழியில்லை, இப்பொழுது கூட அலிஸா மற்றும் அவளுடைய ஆட்களும் இங்கு வந்து விட்டார்கள்... சீக்கிரம் இங்கிருந்து கிளம்ப வேண்டும்..." என்று கூறினாள் அனிதா.

இவ்வாறு பேசிக்கொண்டு இருவரும் அங்கிருந்து கிளம்புகிறார்கள்.

அறையின் கதவை திறந்து வெளியில் வருகையில், இருவரின் எதிரில் அலிஸா வந்து கொண்டிருந்தாள்.

சட்டென திகைத்து நின்றாள் அனிதா, இதை கவனித்த அகிலன் "என்னாச்சு...?' என்று கேட்டான்.

"ஒன்றுமில்லை வா போகலாம் என்று கூறிவிட்டு..." இருவரும் அங்கிருந்து செல்ல தொடங்கினர்.

அனிதா மற்றும் அகிலன் இருவரும் மெல்ல அலிஸாவை கடந்து சென்றனர்.

அவர்களை கடந்து சென்ற அலிஸா, சட்டென திரும்பி, "ஹலோ... கொஞ்சம் நில்லுங்க..." என்று கூறினாள்.

அவர்களும் தயக்கத்துடன் சட்டென நின்றார்கள்.

"உங்களின் அறை எண் என்ன..?" என்று கேட்டாள் அலிஸா.

திகைப்பில் நின்ற அனிதா, பின்னால் திரும்பி.. ஆணின் குரலில் அறை எண் 36 என்று கூறுகிறாள்.

"சரி, நன்றி.." என்று கூறினாள் அலிஸா.

இவ்வாறு கூறிவிட்டு இருவரும் வேகமாக அங்கிருந்து சென்றனர்..

செல்லும் போது "ஏய்..! உனக்கு ஆண் குரல் நன்றாக வருகிறது...." என்றான் அகிலன்.

"யோவ், ரொம்ப முக்கியம்... சீக்கிரம் வா..." என்று கூறினாள் அனிதா.

"ஆனால், அவசரத்தில் அறை எண்ணை மாற்றி கூறிவிட்டாய்.." என்று கூறினான் அகிலன்.

போனவள் சட்டென நின்று,

"என்னது, மாற்றி கூறிவிட்டேனா...?" என்று கேட்டாள் அனிதா.

"ஆம், நாம் தங்கியிருந்த அறையின் எண் 7, ஆனால் நீ சம்பந்தமே இல்லாமல் 36 என்று கூறிவிட்டாய்..." என்று கூறினான் அகிலன்.

உடனே சுதாரித்த அனிதா, "அய்யோ..! " என்று தலையில் கை வைத்துக்கொண்டாள்...

ஒன்னும் புரியாமல் நின்றான் அகிலன்.

"சரி, சரி சீக்கிரம் வா.. " என்று கூறிக்கொண்டு அகிலனின் கையை பிடித்துக்கொண்டு வேகமாக சென்றாள் அனிதா.

அப்போது அகிலன் கையில் வைத்து இருந்த ஒரு பர்ஸ் போன்ற ஒன்று கீழே விழுந்தது..

அதை அங்கு நின்று கொண்டிருந்த ஒருவன் கவனித்தான்.

"மேடம், மேடம் .."என்று கூப்பிட்டான்.

ஆனால் அகிலனோ கண்டுகொள்ளாமல் சென்றான்.

அந்த பர்ஸை எடுத்து கொண்டு துரத்தி சென்றான் அவன்.

அவர்கள் இருவரும் ஹோட்டலின் வாசலை அடையும் போது அவர்களை துரத்தி வந்தவன்,

"மேடம், பர்ஸை அங்கேயே விட்டுடீங்க... இந்தாங்க..." அப்படின்னு சொல்லி பெண் வேடத்தில் இருக்கும் அகிலன் கிட்ட கொடுத்தான்.

"மேடம்...! நானா...?" என்று கேட்டான் அகிலன்.

பர்ஸை கொண்டுவந்தவன் அகிலன் குரல் கேட்டு மயங்கி விழுந்தான்.

அனிதாவும் அதை கண்டு ஒரு மாதிரியாக சிரித்தாள்.

அகிலன் அப்படியே திரும்பி அனிதாவை ஒரு பார்வை பார்த்தான்.., சிரித்துகொண்டு இருந்த அனிதா, சட்டென முகத்தை அந்த பக்கம் திருப்பி "இங்க டாக்ஸி வருமா..?" என்று கேட்ட வாரு பேச்சை மாற்றினாள்.

"எல்லாம் உன்னால் வந்தது..."என்று
அகிலன் கூறிக்கொண்டு அங்கிருந்து இருவரும் சென்றனர்.

இருவரும் ஹோட்டல் வெளியில் வந்து நின்று அங்கிட்டும், இங்கிட்டும் பார்த்தனர்.

"நம்ம மாட்டிக்கப்போறோம், நான் வேற அறை என்னை தப்பாக கூறிவிட்டேன்... சீக்கிரம் எதாவது பண்ணு..." என்றாள் அனிதா.

அதே சமயம் மேலே சென்ற அலிஸா, இங்கிருந்து அவர்கள் தப்பவே கூடாது என்று எண்ணிக்கொண்டிருந்தாள்.

அச்சமயம் அவளுடைய ஆட்களில் ஒருவன் வந்து " மேடம், இங்குள்ள 30 அறைகளையும் தேடி பார்த்து விட்டேன், அவர்கள் இல்லை..." என்று கூறினான்.

கோபத்தில் அலிஸா, "எப்படி தப்பித்தார்கள்...? " என்று கத்தியபடி புலம்பினாள்.

குழப்பத்தில் அங்கிட்டும், இங்கிட்டும் சென்று கொண்டிருந்த அவள், சட்டென நின்றாள்... இவர்கள் வரும் போது, எதிரே வந்த ஒரு ஆண், பெண் நினைவுக்கு வந்தது,

அவன் கூறிய எண் 36, ஆனால் மொத்த அறைகளின் எணணிக்கை 30.. அவர்கள் தான் அது... "அவர்கள் மாறுவேடத்தில் செல்கிறார்கள்...

சீக்கிரம் அவர்களை பிடியுங்கள்...." என்று கத்திக்கொண்டே கீழே ஓடினாள் அலிஸா... அவனுடைய ஆட்களும் கீழே ஓடினார்கள்...

இச்சமயம் அகிலன், அனிதா இருவரும் வாசலில் நின்றிருந்த ஒரு காரின் அருகே நின்று கொண்டிருந்தார்கள்....

அலிஸாவின் குரலை அவ்விருவரும் கேட்டனர், அந்த காரின் அருகில் நின்ற ஒரு காவலனும் அதை கேட்டு,

அவர்கள் எதிரே சட்டென துப்பாக்கியை நீட்டினான்...

சட்டென யோசித்த அனிதா, துப்பாக்கியை எட்டி ஒரு உதை விட்டுவிட்டு, அருகில் நின்ற காரில் ஏறினாள்.. இதை பார்த்துக்கொண்டிருந்த அகிலனும் அந்த காருக்குள் ஏறினான்...

உதை பட்டவன் கீழே விழுந்து எழுவதற்குள் அந்த காரை எடுத்துக்கொண்டு அங்கிருந்து இருவரும் சென்றனர். இவையெல்லாம் சில நொடிகளில் நடந்தது..

விரைந்து சென்ற காரை அங்கு வந்த காவலாளிகள் சுட ஆரம்பித்தனர்... ஆனால் அந்த கார் அதில் அகப்படாமல் தப்பி சென்றது...

இந்த முறையும் அவர்கள் தப்பி சென்றதால்

மிகவும் கோபமடைந்தாள் அலிஸா..

கை துப்பாக்கி

அகிலன் மற்றும் அனிதா சென்ற கார் வேகமாக சென்று கொண்டிருந்தது...

அனிதா காரை ஓட்டிகொண்டிருக்க, பின் சீட்டில் இருந்த அகிலன் குனிந்து அவன் அணிந்திருந்த ஆடையை கொஞ்சம் சரிசெய்தான்...

திடீரென அவன் முதுகில் யாரோ துப்பாக்கி வைத்தது போல் இருந்தது....

"உடனே, சார்..சார் மன்னிசுருங்க, நான் எதுவும் செய்யல... எல்லாம் இவள் தான்..." என்று கத்தினான் அகிலன்.

பதட்டத்தில் அனிதா, காரை கொஞ்சம் தாறுமாறாக ஓட்ட, சட்டென பின்னால் திரும்பி பார்த்தாள்...

"நீயா... நீ எப்படி இங்க....?"என்று கேட்டாள் அனிதா.

அகிலனும் யார் என்று பார்த்தான்..

அடுத்த நொடி "சார் நீங்களா...?" என்று கேட்டான் அகிலன்.

அகிலனை மிரட்டியது இருந்தது ஜேம்ஸ்...

இவர்கள் இருவரும் கேட்டதை பார்த்துவிட்டு,

"என்னை உங்களுக்கு தெரியுமா...? ஆமாம் நீங்க யாரு...?" என்று கேட்டான் ஜேம்ஸ்.

"சார், எங்கள தெரியல.... நான் தான் அகிலன், இவள் அனிதா... மாறுவேடத்தில் இருக்கிறோம்..." என்றான் அகிலன்.

"அடப்பாவிகளா...! நீங்களா..?" என்று கூறிவிட்டு அகிலனின் கண்ணத்தில் ஓங்கி ஒரு அறைவிட்டான் ஜேம்ஸ்.

கண்ணத்தில் கை வைத்தபடி, குருகுருவென்று ஜேம்ஸை பார்த்தான் அகிலன்.

"என்ன பாக்குற, உங்களால நான் எவ்வளவு அறை வாங்கினேன் தெரியுமா...? அதுக்குதான் இது..." என்றான் ஜேம்ஸ்.

பிறகு அகிலன், பக்கத்தில் இருந்த ஜேம்ஸை மேலும் கீழும் பார்த்தான்.

"என்ன மேலும் கீழும் பார்க்கிறாய்..?" என்று கேட்டான் ஜேம்ஸ்

"ஒன்றுமில்லை ..." என்றான் அகிலன்.

"பின்ன எதுக்கு என்னையே பார்த்துக் கொண்டிருக்கிறாய்...?" என்று கேட்டான் ஜேம்ஸ்.

"காருக்குள் நுழைந்தவுடன் என் பின்னால் துப்பாக்கியை வைத்தாயே..! அது எங்கே..? என்று பார்த்தேன்..." என்றான் அகிலன்.

"ஓ.. அதுவா... இதுதான் அந்த துப்பாக்கி" என்று கையை துப்பாக்கி போல் வைத்து காட்டினான் ஜேம்ஸ்...

அதை பார்த்தவுடன் இருவரும் சிரிக்க ஆரம்பித்தனர்...

காரை ஓட்டி கொண்டிருந்த அனிதா...

"டேய்.. சும்மா இருங்கடா... யார்...? எப்ப வந்து சுட்டு கொல்லுவாங்கனு தெரில.. சிரிச்சுட்டு இருகிங்க..." என்றாள் அனிதா.

இருவரும் சிரிப்பை நிறுத்தினர்.

"இதோ பார் அனிதா... என்னை என்ன வேண்டுமானாலும் சொல்லு.. எங்க சார் ஜேம்ஸை மட்டும் வாடா, போடானு சொல்லாத..." என்றான் அகிலன்.

"நான் சொன்னதே அவனைத்தான்" என்றாள் அனிதா.

இதை கேட்ட ஜேம்ஸ், "அவமானம்..." என்றான்.

"சார் எனக்காக மன்னிசுருங்க.. சின்ன பொண்ணு தெரியாம பேசிருச்சு..." என்றான் அகிலன்.

இவ்வாறு பேசிக்கொண்டு செல்லும் போது,

அனிதா, காரை ஒரு தெருவுக்குள் வளைத்து வளைத்து ஓட்டி சென்று ஒரு குறுக்கு சந்துக்குள் சென்று காரை மறைவாக நிறுத்தினாள்.

"ஏன் காரை இங்கு கொண்டு வந்து நிருத்தினாய்..?" என்று கேட்டான் அகிலன்.

"இந்த கார் அலிஸா உடையது, இந்த கார்ல GPS இருக்கு, அவள் ரொம்ப சுலபமா இந்த காரை கண்டுபிடிச்சுடுவாள்... அதான் இங்கு வைத்துவிட்டு வேற காரை எடுத்து செல்லவேண்டும்..." என்று கூறினாள் அனிதா.

"பார்த்தாயா..! இவளா சின்ன பொண்ணு... இருக்குற எல்லா வில்லதனமும் பண்ணுது..." என்றான் ஜேம்ஸ்.

"யோவ், சும்மா இரு..." என்றாள் அனிதா.

"அகிலா, பார்த்தாயா... முதலில் வாடா, போடா என்றாள், இப்போ வாயா, போயா என்கிறாள்...அடுத்து என்ன சொல்ல போறாளோ... தெரியவில்லை..." என்றான் ஜேம்ஸ்...

"ஏய்.. சும்மா இருக்க மாட்டீங்க... பேசாம வாங்க.." என்று அனிதா கூறிக்கொண்டு முன்னாள் சென்றாள்.

பின்னால் இருவரும் சென்றனர்.

ஒருவழியாக நெடுஞ்சாலை இருக்கும் இடத்திற்கு வந்தனர்.

மூவரும் சென்று கொண்டிருக்கும் போது, திடீரென ஃபோன் அடித்தது, அகிலன் மற்றும் அனிதா சட்டென நின்று திரும்பி பார்த்தனர்..

ஜேம்ஸ் ஃபோன் எடுத்து பேசிக்கொண்டிருந்தான்...

அகிலன், அனிதாவை பார்த்து "நான் பார்த்துக்கொள்கிறேன்..." என்று கண் சைகையால் செய்துவிட்டு நேரே ஜேம்ஸ் அருகில் சென்றான். இதற்குள் ஜேம்ஸ் ஃபோன் பேசி முடித்துவிட்டான்..

"சார், நான் ஒரு ஃபோன் செய்ய வேண்டும்..." என்று கூறி ஃபோனை வாங்கினான் அகிலன்...

அதே சமயம் அனிதா ஒரு காரை நிறுத்தினாள்..

மறுமுறை சைகை செய்த அனிதா, சட்டென அந்த கார் ஓட்டிவந்தவனை தாக்கி, காருக்கு வெளியே அவனை தள்ளிவிட்டு காருக்குள் ஏறினாள்.. உடனே அகிலனும், ஜேம்ஸை காருக்குள் தள்ளிவிட்டு... கையில் வைத்திருந்த ஃபோனை தூக்கி வெளியே வீசிவிட்டு அவனும் காருக்குள் ஏறினான்...

அனிதா காரை எடுத்துகொண்டு வேகமாக அங்கிருந்து சென்றாள்.

"டேய், ஏன்டா ஃபோனை தூக்கி போட்ட...?" என்று கேட்டான் ஜேம்ஸ்.

"நம்ம இருக்குற இடத்தை சீக்கிரம் கண்டுபிடிச்சிருவாங்க... அதான்..." என்றான் அகிலன்.

இதை கேட்ட ஜேம்ஸ், "நீங்க ரெண்டு பேருமே செம்ம கேடிங்க... இனிமே உங்க கிட்ட ஜாக்கிரதையாகத்தான் இருக்கனும்..." என்று கூறினான் ஜேம்ஸ்.

இப்படியே காரும் அகிலன் சொன்ன வழியில் சென்றது...

தேவாலயத்தை நோக்கி

அலிஸா மற்றும் அவளுடைய ஆட்கள் அனைவரும் அனிதா காரை விட்டுச்சென்ற இடத்திற்கு வந்தார்கள்.

அகிலன், அனிதா இருவரும் தப்பி சென்றது, மேலும் பிடித்து வைத்திருந்த ஜேம்ஸ் என்பவனும் இப்பொழுது அவர்களுடன் இருக்கிறான்.. என்பதை எண்ணி கடும்கோபத்தில் இருந்தாள் அலிஸா.

ஒருவன் அலிஸா அருகில் வந்து "மேடம், அவர்கள் அந்த காரை இங்கு விட்டுவிட்டு சென்றுவிட்டார்கள்.. எந்த பக்கம் போனாங்கனு தெரியல..." என்றான்.

அலிஸா கோபத்தின் உச்ச கட்டத்தை அடைந்தாள்... "அவர்கள் மட்டும் கையில் கிடைக்கட்டும், அவர்களை சித்திரவதை செய்து கொன்றுவிடுவேன்..." என்றாள் அலிஸா.

"மேடம், அவர்கள் ஃபோட்டோவை அனைத்து ஊர்களுக்கும் அனுப்பிவிட்டேன்... சீக்கிரம் கண்டுபிடித்து விடலாம்..." என்றான் ஒருவன்.

"எப்படி முடியும், எந்த GPS கருவியும் இல்லை, மேலும் அவர்கள் மாறுவேடத்தில் இருக்கிறார்கள்... எப்படி கண்டுபிடிக்க முடியும்..." என்றாள் அலிஸா.

இவ்வாறு பேசிக்கொண்டிருக்கும் போது இன்னொருவன் வந்து "மேடம், அந்த ஜேம்ஸ் வைத்திருந்த ஃபோன் இருக்கும் இடம் தெரிஞ்சுறுச்சு... இங்கு பக்கத்தில் தான் அந்த இடம் காட்டுகிறது..." என்றான்.

அனைவரும் உடனே அந்த இடத்திற்கு சென்றனர்.

அந்த ஃபோன் கிடந்தது ஒரு நான்கு வழி நெஞ்சாலையில்... அதில் இடது புறமாகவே கிடந்தது அந்த ஃபோன்.

இதை வைத்து யூகித்த அலிஸா... "கண்டிப்பாக அவர்கள் இந்த இடது பக்கம் செல்லும் சாலையில் தான் சென்றிருக்க வேண்டும்..." என்றாள் அலிஸா.

"எப்படி மேடம், அவ்வளவு உறுதியாக சொல்கிறீர்கள்..." என்று கேட்டான் ஒருவன்.

"ஏனென்றால், அவர்கள் வலது பக்கம் செல்லும் போது, இந்த ஃபோனை அங்கிருந்து இந்த இடது பக்கம் ஃபோனை தூக்கி எறிய முடியாது... ஆதலால் அவர்கள் இந்த வழியே தான் போயிருக்க முடியும்..." என்றாள் அலிஸா.

இவ்வாறு பேசிவிட்டு அனைவரும் அலிஸா சொன்ன திசையில் சென்றார்கள்..

அகிலன்,அனிதா மற்றும் ஜேம்ஸ் இவர்கள் மூவரும் காரில் சென்றுகொண்டிருந்தார்கள்..

காரின் பின் சீட்ல இருந்த ஜேம்ஸ் மற்றும் அகிலன் கார் கண்ணாடியை திறந்துவிட்டு உக்காந்துருக்காங்க...

அனிதா, அகிலன் கிட்ட "இன்னும் எவ்வளவு தூரம் போகனும்" என்று கேட்டாள்.

"இன்னும் 30 கி.மீ போகனும்.." என்று கூறினான் அகிலன்.

உடனே ஜேம்ஸ் " எங்க போய்ட்டு இருக்கோம்..?" என்று கேட்டான்.

"பக்கத்து ஊருக்கு.. அங்க ஒரு தேவாலயத்திற்கு போறோம்..." என்றான் அகிலன்.

"ஏன்...? இந்த ஊர்ல உங்களுக்கு எந்த ஒரு தேவாலயமும் கிடைக்கலையா...?" என்று கேட்டான் ஜேம்ஸ்.

"அதில்ல சார், அங்க ஒரு ஃபாதர் இருக்காரு.. அவர் எங்க அப்பாவோட ப்ரெண்ட்...."என்று கூறினான் அகிலன்.

"அவரை எதுக்கு பாக்க போறோம் ..." என்று கேட்டான் ஜேம்ஸ்.

பின்பு அகிலன் நடந்த கதை எல்லாத்தையும் ஒருவிடாமல் கூறினான்..

இதையெல்லாம் கேட்ட ஜேம்ஸ்,

"ஆண்டவரே... தயவுசெய்து இந்த பிள்ளைகளை காப்பாற்றுங்கள்... கூடவே என்னையும் காப்பாற்றுங்கள்...." என்று பிரார்த்திக்க ஆரம்பித்தான் ஜேம்ஸ்.

"என்ன திடீரென்று கடவுள் பக்தி வந்திருச்சா உனக்கு...?" என்று கேட்டாள் அனிதா.

"எனக்கு எப்பவுமே கடவுள் பக்தி இருக்கு, இப்போ ஆலயத்துக்கு போறோம் அல்லவா.. அதான்... " என்று கூறினான் ஜேம்ஸ்.

"ஏன் இவ்வளவு வேகமாக போகிறீர்கள், சற்று மெதுவாக போகலாம் அல்லவா..? என்றான் ஜேம்ஸ்.

"நாங்கள் இருவர் மட்டும் இருந்தால் மெதுவாக செல்லலாம், ஆனால் இப்பொழுது நீ எங்களுடன் இருக்கிறாயே..?" என்று கூறினாள் அனிதா.

"நீங்கள் எங்களுடன் இருப்பதால், உங்களை வைத்து, சுலபமாக எங்களையும் கண்டுபிடித்து விடுவாள் அந்த அலிஸா.." என்றான் அகிலன்.

இதை கேட்ட ஜேம்ஸ் ஏதும் பேசாமல் வாயை மூடிக்கொண்டான்.

சிறிது நேரம் அந்த காருக்குள் அமைதி நிலவியது.

அகிலன், அவன் கையில் அந்த சதுர வடிவில் உள்ள செயினை வைத்து பார்த்துக்கொண்டிருந்தான்...

கார் வேகமாக தேவாலயத்தை நோக்கி சென்று கொண்டிருந்தது.

அலிஸாவின் திட்டம்

அலிஸா மற்றும் அவளுடைய ஆட்கள் சென்றுகொண்டிருந்த திசையில் ஒரு டோல்கேட் வந்தது. காரை ஓரமாக நிறுத்திவிட்டு ஒருவனை அழைத்தாள் அலிஸா.

அவனிடம் அந்த டோல்கேட்டில் உள்ள கேமராவை கண்காணித்து பார்க்க சொன்னாள் அலிஸா.

அவனும் உடனே சென்று அங்குள்ள கேமராக்களை பார்த்தான்...

அலிஸா நினைத்தது போல் அகிலன், அனிதா சென்ற கார் கண்டறியப்பட்டது...

காரணம் அந்த காரில் பின்புறத்தில் இருந்த ஜேம்ஸ், கார் கண்ணாடியை இறக்கி விட்டுருந்தான்...

கேமராவில் ஜேம்ஸ் முகம் காட்டிக்கொடுத்தது... இதை கண்டதும் அலிஸாவின் ஆட்கள் வந்து கூறினர்.

அவளும் வந்து பார்த்துவிட்டு "அருமை, அருமை... இவர்கள் தான் அந்த ஹோட்டலில் இருந்து தப்பியது... சீக்கிரம் இந்த கார் எங்கு செல்கிறது... அருகில் எந்தெந்த ஊர் இருக்கிறது என்று பார்த்து, அனைத்து ஊர்களுக்கும் இந்த செய்தியை கொடு... அவர்கள் என்னிடம் இருந்து தப்பவே முடியாது...." என்று கூறினாள் அலிஸா.

அலிஸா கூறியபடி, அங்கிருந்த அனைத்து ஊர்களுக்கும் செய்தி பரவியது... அந்தந்த ஊர்களில் இருக்கும் காவலர்கள் அனைவரும் சல்லடை போட்டு அந்த காரை தேட ஆரம்பித்தனர்.

ஆலயத்தில் ஃபாதர் ஜான்

அனிதா ஓட்டிசென்ற கார் நேரே ஒரு ஆலயத்திற்கு சென்றது... காரில் இருந்து இறங்கி மூவரும் அந்த ஆலயத்திற்குள் சென்றனர்.

ஆலயத்திற்குள் ஒரு பாதிரியார் நின்று கொண்டிருந்தார்... அகிலன் அவருக்கருகே சென்று "ஃபாதர்" என்று பெண் குரலில் பேசுவது போல் அழைத்தான்.

அவர் திரும்பி பார்த்து, " கூறுங்கள் என்ன விஷயம்...?" என்றார் ஃபாதர்.

"உங்களிடம் கொஞ்சம் தனியாக பேச வேண்டும், அதுவும் உடனடியாக...." என்றான் அகிலன்.

"சரி, வாருங்கள்" என்று கூறி முன்னே சென்றார் ஃபாதர்.

அகிலன், திரும்பி அனிதா மற்றும் ஜேம்ஸ் இருவரையும் பார்த்து "இங்கேயே இருங்கள்" என்று கூறிவிட்டு ஃபாதரை பின்தொடர்ந்து சென்றான்.

இருவரும் தனியாக சென்றதும்,

அகிலன், முன்வந்து "ஃபாதர் நான் யார் என்று தெரியவில்லை...? நான்தான் அகிலன், ஆல்பர்ட்டுடைய மகன்..." என்றான் அகிலன்.

"ஆல்பர்ட்டுடைய மகனா..? பார்ப்பதற்கு பெண் போல் இருக்கிறீர்கள்...? என்ன இது வேஷம்..?" என்று கேட்டார் ஃபாதர்.

"அது ஒரு பெரிய கதை..."என்று கூறிவிட்டு, நடந்த அனைத்து விஷயங்களையும் எடுத்துறைத்தான் அகிலன்.

இதையெல்லாம் கேட்ட அந்த ஃபாதர் மலைத்துபோய் நின்று கொண்டிருந்தார்.

பின்பு அகிலன் அவனுடைய அப்பாவை பற்றி பேச்சு எடுக்க, சுயநினைவுக்கு வந்தார் ஃபாதர்.

"என் அப்பா இறப்பதற்கு முன் உங்களை ஏதும் சந்தித்தாரா..? எதுவும் சொன்னாரா..?" என்று கேட்டான் அகிலன்.

"சில மாதங்களுக்கு முன்பு உன் தந்தை என்னை சந்தித்தார்... ஒரு பெட்டியை கொடுத்து நீ வந்தாள் கொடுக்க சொன்னார்.. அத்துடன் இந்த விஷயத்தை உன்னை தவிர யாரிடமும் சொல்ல கூடாது, அதுமட்டுமல்லாமல் நீயும் யாரிடமும் சொல்ல கூடாது என்று என்னிடம் சத்தியம் வாங்கினார்.." என்று கூறினார் ஃபாதர்.

"அந்த பெட்டி எனக்கு வேண்டும், அதை எடுத்து செல்ல ஆட்கள் வந்துகொண்டிருக்கிறார்கள்... இன்னும் சற்றுநேரத்தில் வந்துவிடுவார்கள்" என்று கூறினான் அகிலன்.

பிறகு ஃபாதர், உள்ளே சென்று அந்த பெட்டியை எடுத்துக்கொண்டுவந்து அகிலனிடம் கொடுத்தார்.

அந்த பெட்டியை வாங்கிய அகிலன், அதை திறந்து பார்க்கிறான்.. அதில் ஒரு டைரி மற்றும் சிறிய பெட்டியும் இருந்தது.. அகிலன் அந்த டைரியை எடுத்து படித்தான்.... அதை படித்து முடித்து விட்டு அதிலிருந்த சிறிய பெட்டியை திறந்தான்...

அதில் சதுர வடிவில் சிறிய மற்றும் சற்று தடிமனான இரண்டு சிப் இருந்தது. அதில் ஒன்றை எடுத்து அகிலன் தன் சட்டை பைக்குள் வைத்துக்கொண்டான்..

மற்றொன்றை அந்த சிறிய பெட்டிக்குள் வைத்து அந்த பெட்டிக்குள் வைத்தான்... அந்த டைரியையும் அவன் எடுத்து வைத்து கொண்டான்... அந்த பெட்டியை எடுத்துக்கொண்டு திரும்பி ஃபாதரை பார்த்தான்..

"ஃபாதர், எனக்கும் என் அப்பாவிற்கும் மிகப்பெரிய உதவி செய்து இருக்கிறீர்கள்

மிக்க நன்றி..." என்று கூறினான் அகிலன்..

"நன்றியெல்லாம் எதற்கு, உன் அப்பா என்னுடைய நண்பன், நீ அவனுக்கு மகன் என்றால் நீயும் எனக்கு மகன் தான்... கவலைப்படாதே... அந்த ஆண்டவன் உனக்கு துணை இருப்பான்.. நான் ஆண்டவனிடம் பிரார்த்திக்கிறேன்..." என்று கூறினார் ஃபாதர்.

இதை கேட்ட அகிலன் கண் கலக்கத்துடன் அங்கிருந்து சென்றான்.

நேரே சென்று, காத்துக்கொண்டிருந்த அனிதா மற்றும் ஜேம்ஸ் இருவரையும் பார்த்தான்.

"என்னாச்சு..?, எதிர் பார்த்து வந்தது கிடைச்சதா...?" என்று கேட்டாள் அனிதா.

"ம்... கிடைச்சிருச்சு..." என்று கூறி அந்த சிறிய பெட்டியை எடுத்து காட்டினான்.

அனிதா அதை வாங்கி, அதில் இருந்த சிப்பை எடுத்து, அவள் வைத்திருந்த டாலரில் அதை மாட்டினாள்.. மாட்டிவிட்டு அந்த சிப்பை ஒரு அழுத்து அழுத்தினாள்.

அழுத்திய அடுத்த கணம் அந்த நான்கு பக்கம் சற்று விரிவடைந்தது...

பின்பு அதை சரி படுத்தி அதை அகிலனிடம் கொடுத்தாள் அனிதா.

அகிலன் அதை வாங்கி தன் பைக்குள் வைத்து கொண்டான்.

இதையெல்லாம் அருகில் நின்று பார்த்துக்கொண்டிருந்தான் ஜேம்ஸ்.

"இப்போ என்ன செய்வது...?" என்று கேட்டாள் அனிதா.

"வேஷத்தை கலைக்க வேண்டும்..." என்றான் அகிலன்.

"அப்படியென்றால் மாட்டிக்கொள்வேமே...?" என்றாள் அனிதா.

"அதைத்தான் செய்ய போகிறோம்..." என்று கூறினான் அகிலன்.

"டேய், நீ என்ன லூசா...? அவங்ககிட்ட மாட்டுனா உன்னை மட்டுமல்ல, எல்லோரையும் கொலை செஞ்சுருவாங்க...." என்றான் ஜேம்ஸ்.

" என்கிட்ட ஒரு திட்டம் இருக்கு, அதன்படி எல்லோரும் நடக்க வேண்டும், அப்படி செய்தால் நமக்கு எதுவும் நடக்காது.." என்றான் அகிலன்.

வேடம் கலைந்தது

அகிலன் ஒரு அறைக்குள் சென்று வேடத்தை கலைத்தான்.. கலைத்துவிட்டு ஆடைகளை ஒரு பையில் போட்டு எடுத்து வந்தான்...

அதேபோல் அனிதாவும் வேடத்தை கலைத்துவிட்டு அவளும் ஆடைகளை ஒரு பையில் போட்டு எடுத்து வந்தாள்.

இருவரும் அந்த பையை குப்பை தொட்டியில் போட்டுவிட்டு ஜேம்ஸ் முன் வந்து நிற்கிறார்கள்.

"வாங்கடா.. கேடிங்களா.." என்றான் ஜேம்ஸ்.

மூவரும் வேதாலயத்தைவிட்டு வெளியில் வர, அவர்களுக்கு எதிரே மூன்று கார்கள் வந்து நின்றன..

காரில் இருந்து சில பேர் இறங்கி, அந்த மூவரையும் முன்னாடி துப்பாக்கியை நிறுத்தினார்கள்.

அவங்களும் அதை பார்த்துவிட்டு மூவரும் இரு கைகளையும் மேலே உயர்த்தி நின்றனர்..

"அடப்பாவி, இதுதான் உன் திட்டமா...?" என்று கேட்டான் ஜேம்ஸ்.

"பேசாமல் இருங்க சார்.." என்றான் அகிலன்.

இறுதியாக காரில் இருந்து இறங்கினாள் அலிஸா.

"சின்ன விஷயத்துல என்ன நீங்க ரெண்டு பேரும் ஏமாத்திடீங்க... ஆனால் என்னிடம் இருந்து நீங்க தப்ப முடியாது... உன்னோட அப்பா, ஆல்பர்ட் விட்டுட்டு போன சிப் எனக்கு வேணும்.... ஒழுங்கா அதை என்னிடம் கொடு.." என்று கேட்டாள் அலிஸா.

"அகிலா, அதை கொடுக்காத... " என்று கூறினாள் அனிதா.

"நீ இப்ப கொடுக்கவில்லை என்றால், உன் நண்பர்களான இவங்க ரெண்டு பேரையும் சுட்டு கொன்றுவிடுவேன்..." என்று கூறினாள் அலிஸா...

"டேய், அதை கொடுத்துரு...." என்று கூறுகிறான் ஜேம்ஸ்.

"யோவ், சும்மா இரு... நீ கொடுக்காத அகிலா.." என்று கூறுகிறாள் அனிதா.

சற்று நேரம் யோசித்த அகிலன், அந்த சிப்பை எடுத்து அலிஸா கிட்ட தூக்கிபோட்டான் அகிலன்.

அந்த சிப்பை வாங்கிட்டு, ஒரு சிரிப்பு சிரிச்சுட்டு.. அகிலனை பார்த்து, "நீ உங்க அப்பா அளவுக்கு புத்திசாலி இல்லை.." என்று கூறி அவர்களை கொல்ல உத்தரவிட்டாள் அலிஸா.

அனிதாவின் ஏமாற்றம்

"ஏன் அதை கொடுத்த... " என்று கேட்டாள் அனிதா.

அதற்கு எந்த பதிலும் சொல்லாமல் அமைதியாய் நின்றான் அகிலன்.

சுற்றி இருந்த அனைவரும் துப்பாக்கியை எடுத்து சுட தயாராகினர்..

அப்பொழுது அகிலன் பேச ஆரம்பித்தான்.

"ஒரு நிமிஷம்.... எங்க இவ்வளவு தூரம் கஷ்டப்பட்டு ஒரு விசயத்தை கண்டுபிடிக்கிறாரு... அவருடைய மகன் நான்... அதை அவ்வளவு சீக்கிரம் உன்னிடம் கொடுத்தால், கொஞ்சம் கூட அதைப்பற்றி யோசிக்கமாட்டியா..." என்றான் அகிலன்.

இதை கேட்டதும் அலிஸா முகமே மாறியது.

"இப்போ நீ என்ன சொல்லவர்ற...?" என்று கேட்டாள் அலிஸா.

அகிலன் சிரித்துக்கொண்டே, "அந்த சிப்பை தொடங்க கடவுச்சொல்(Password) வேண்டும்.. அது என்னையல்லாமல் யாராலும் அதை ஆரம்பிக்க முடியாது..." என்று கூறினான் அகிலன்.

இதை கேட்ட அலிஸா, சட்டென திரும்பி "என்ன இதற்கு கடவுச்சொல்..." என்று கேட்கிறாள் அலிஸா.

"அதை நான் இங்கு கூறமாட்டேன், அது என்னோட ஞாபகத்துக்குள்ள இருக்கு, அது வேறு யாருக்கும் தெரியாது..." என்றான் அகிலன்.

"இப்போ நீ சொல்கிறாயா...? இல்லை இவர்களை கொன்று குவிக்கட்டுமா..?" என்று கேட்கிறாள் அலிஸா.

"எனக்கு வேண்டியது வேற... எனக்கு வேண்டியதை கொடுத்தால், நான் அந்த கடவுச்சொல் என்னவென்று சொல்கிறேன்..." என்றான் அகிலன்.

"நீ என்ன எதிர்பார்க்கிறாய் என்று தெரிகிறது.. உனக்கு எவ்வளவு வேண்டும்....?" என்று கேட்டாள் அலிஸா.

சற்றும் யோசிக்காமல்,

"50 கோடி வேண்டும்.." என்று கூறுகிறான் அகிலன்.

""50 கோடியா...? நீ ரொம்ப அதிகம் ஆசைபடுகிறாய்..." என்று கூறுகிறாள் அலிஸா.

"நீ இந்த சிப்பை துறத்தி துறத்தி வரும்போதே தெரிந்து கொண்டேன் இதன் தேவை என்னவென்று... அது மட்டுமல்லாமல் இதை வைத்து என்ன பண்ணப்போகிறாய் என்றும் எனக்கு தெரியும்.." என்று கூறினான் அகிலன்.

இவ்வாறு பேசிக்கொண்டிருக்கும் போது,

"அகிலா, நீ இப்படி செய்வாய் என்று எனக்கு தெரியாது... ஏன் இப்படி பன்ற...?" என்று கேட்டாள் அனிதா.

"டேய், எனக்கும் இதுக்கும் எந்த சம்பந்தமும் இல்லடா... என்ன விடசொல்லுடா..." என்றான் ஜேம்ஸ்.

" அவங்க ரெண்டு பேரையும் சுட்டு தள்ளுங்க..." என்று சுற்றி இருந்தவர்களிடம் கூறினாள் அலிஸா.

"இவங்களுக்கு ஏதாவது ஆச்சுன்னா.. உங்களுக்கு வேண்டியது கிடைக்காது..." என்றான் அகிலன்.

அகிலன் இவ்வாறு கூறியபின் சுற்றியிருந்தவர்கள் துப்பாக்கியை கீழே இறங்கினர்.

அலிஸா சற்று நெருங்கி வந்து

"சூழ்நிலையை ரொம்ப சரியா உபயோகப்படுத்துகிறாய்..." என்று கூறினாள்.

பிறகு சட்டென திரும்பி "அனைவரையும் கூட்டிவாருங்கள்..." என்று கூறுகிறாள் அலிஸா.

பிறகு அங்கிருந்து அகிலன், அனிதா, ஜேம்ஸ், அலிஸா மற்றும் அவளுடைய ஆட்கள் அனைவரும் கார்களில் ஏறி அங்கிருந்து சென்றனர்.

மறுபயணம்

இரவு முழுதும் பயணம் முடிந்து

மறுநாள் காலை அனைவரும் ஓரிடத்தில் இறங்குகிறார்கள்... பார்ப்பதற்கு மிலிட்டரி கிடங்கு போல் இருந்தது.

அங்கு அனைவரும் சென்றார்கள்.

கொஞ்ச தூரம் சென்றவுடன் ஒரு பெரிய கதவு இருந்தது.

கதவை திறந்தவுடன் அகிலன் மற்றும் ஜேம்ஸ் இருவரும் அசந்து போயினர்.

எதிரில் ஒருவன் கையில் பெரிய துப்பாக்கி வைத்துகொண்டு மிலிட்டரி பாதுகாவலன் போல் வந்தான்., அவன் பின்னால் இன்னும் 5 பேர் வந்தார்கள்.

நேரே அலிஸாவிடம் வந்து "மேடம், நீங்க சொன்னதுபோல் எல்லாம் தயாராக இருக்கு.." என்றான் அவன்.

"சரி, எல்லோரும் தயாராகுங்கள்..."என்று கூறினாள் அலிஸா.

"எங்கு செல்ல போகிறோம்..?" என்று கேட்டான் அகிலன்.

"தீவுக்கு.... அங்குதான் அந்த இயந்திரம் இருக்கிறது..." என்கிறாள் அலிஸா.

"அப்படியா..?" என்று கூறிவிட்டு திரும்பி அனிதாவை பார்த்தான் அகிலன்.

அனிதா, அகிலனை பார்த்து முறைத்த வண்ணம் இருந்தாள்..

"சரி வருகிறேன்..." என்று கூறினான் அகிலன்.

"அகிலா, ஏன் இப்படி செய்ற... உங்க அப்பாவிற்கு துரோகம் செய்ற..."என்று கூறினாள் அனிதா.

"பேசாமல் வாருங்கள், நான் சொன்னதால் தான் நீங்கள் உயிருடன் இருக்கிறீர்கள்... பேசாமல் என்னுடன் வாருங்கள்..." என்று கூறிக்கொண்டு அங்கிருந்து சென்றான் அகிலன்.

இதை பக்கத்தில் இருந்து கேட்ட ஜேம்ஸ், அனிதா அருகில் வந்து நின்றான்.

அனிதா, அகிலன் சென்ற திசையை பார்த்தவண்ணம் கண்ணில் கண்ணீரோடு நின்றாள்.

"சரி விடு அனிதா.... எல்லோருமே என்னை மாதிரி நல்லவங்களா இருப்பாங்களா...?" என்றான் ஜேம்ஸ்.

இதை கேட்டதும் கண்ணீரோடு நின்ற அனிதா, ஜேம்ஸை பார்த்து ஒரு முறைத்தாள்.

அதை கண்ட ஜேம்ஸ், "என்ன சொன்னாலும் மசிய மாட்டேங்கிறாளே..." என்று மனதிற்குள் நினைத்துக்கொண்டான்.

இவ்வாறு பேசிக்கொண்டே மேற்கொண்டு அனைவரும் சென்றனர்.

அங்கு 6 ஹெலிகாப்டர்கள் தயார் நிலையில் இருந்தது.

அனைவரும் அதில் ஏறி அமர்ந்தனர்...

அகிலன், அனிதா மற்றும் ஜேம்ஸ் மூவரும் ஒரு ஹெலிகாப்டரில் ஏறிகொண்டனர்.

அனைத்து ஹெலிகாப்டர்களும் அங்கிருந்து புறப்பட்டது... மறுபயணம் தொடர்ந்தது.

ஆசை நிறைவேறியது

அகிலன் மட்டும் ஏதோ ஒன்று யோசித்து கொண்டே வந்தான்..

அனிதா இன்னும் அவனை முறைத்த வண்ணம் இருந்தாள்.

அகிலன் அவளை பார்த்து கண்ணடித்தான்...

சட்டென அனிதா முகம் மாறியது... அகிலன், அனிதா அருகில் சென்று காதோரத்தில் "நான் ஒரு திட்டம் வைத்திருக்கிறேன்... அதுபோல் நடந்து கொண்டிருக்கிறது... ஆதலால் இதேபோல் நடித்தால் நம் திட்டம் நிறைவேறும் .." என்றான் அகிலன்.

அவளும் புரிந்துகொண்டு அகிலனை தள்ளிவிட்டாள் அனிதா.

அடுத்தகணம் அகிலனும் அனிதாவை தள்ளிவிட்டு விளையாடி கொண்டிருந்தான்.

அருகில் இருந்த ஜேம்ஸ்,

"என்னடா விளையாடி சிரிச்சிட்டு இருங்கீங்க, நீ சுலபமா பணத்தை வாங்கிட்டு தப்பிச்சு போய்டுவ... மாட்டிகிறது நாங்க தான.." என்றான் ஜேம்ஸ்.

"சார், நான் உங்களுக்கு எப்போதும் துரோகம் செய்ய மாட்டேன்..." என்று கூறினான் அகிலன்.

"இதுக்கு மேல என்ன செய்யனும்..." என்றான் ஜேம்ஸ்.

இவ்வாறு பேசிக்கொண்டிருக்கும் போதே அவர்கள் செல்ல வேண்டிய இடம் நெருங்கியது....

அந்த இடம் பார்ப்பதற்கே பிரம்மாண்டமாய் இருந்தது... தனி தீவு போல், பயங்கர பாதுகாப்புடன் இருந்தது...

ஹெலிகாப்டர்கள் அனைத்தும் அந்த தீவில் தரை இறங்கியது...

அனைவரும் ஹெலிகாப்டரில் இருந்து இறங்கினார்கள்.

நேரே அந்த இயந்திரம் இருக்கும் இடத்திற்கு அனைவரும் சென்றனர்.

அங்கு ஒரு ஆய்வுக்கூடம் இருந்தது.. அதற்குள் அனைவரும் சென்றார்கள்... நேரே மின்தூக்கிக்கு சென்று, அதன்மூலம் பாதாளத்திற்கு சென்றனர்.. அங்கும் காவலாளிகள் நிறைய பேர் இருந்தனர். அனைவரையும் கடந்து அகிலன்,அனிதா மற்றும் அலிஸா.. மூவரும் சென்றனர்.

ஜேம்ஸ் வெளியிலேயே நிற்கவைக்கப்பட்டான்.

ஒரு பெரிய அறைக்குள் அலிஸா, அகிலன் மற்றும் அனிதா மூவரும் சென்றனர்.

அங்கு ஒரு மிகப்பெரிய இயந்திரம் ஒன்று இருந்தது.

அலிஸா அதன் அருகே சென்று, அகிலனிடம் இருந்து வாங்கிய சிப்பை அந்த இயந்திரத்தில் செலுத்தினாள் அலிஸா.

பிறகு அலிஸா, அகிலன் அருகே வந்து "கடவுச்சொல்லை பயன்படுத்து..."என்று கூறினாள் அலிஸா.

"பணம் எங்கே...?" என்று கேட்டான் அகிலன்.

அலிஸா,"அதோ அங்கே பார்.." என்று கூற இருவர் பணப்பெட்டியை கையில் வைத்துக்கொண்டு நின்றார்கள்.

அதை பார்த்துவிட்டு அலிஸாவின் பக்கம் திரும்பி "அந்த பெட்டியை வெளியில் நிற்கும் என் நண்பர் ஜேம்ஸிடம் கொடுக்க சொல்லுங்கள்" என்று கூறினான் அகிலன்.

அதன்படி அந்த பெட்டியும் ஜேம்ஸிடம் கொடுக்கப்பட்டது...

"சரி, இப்பொழுது உன் வேலையை ஆரம்பிக்கலாம்..." என்று கூறினாள் அலிஸா.

அகிலன் அதை கேட்டுவிட்டு அனிதாவை ஒருமுறை பார்த்தான்.

அவள் வேண்டாம் என்ற சைகையுடன் தலையை அசைத்தாள்.

"சீக்கிரம் ஆரம்பி..." என்றாள் அலிஸா.

அகிலன் இயந்திரத்தின் அருகே சென்று அந்த சிப்பின் மையப்பகுதியை அழுத்தினான். அழுத்திய பிறகு அந்த சிப் நான்காக பிரிந்து மேலே ஒரு திரையகம் தோன்றியது...

அதில் இயந்திரத்தை செயலிழக்க(Deactivate) செய்ய கடவுச்சொல்லை செலுத்தவும்... என்று தோன்றியது.

இதை பார்த்ததும் அலிஸா, "என்ன செய்ற...?" என்று கத்திக்கொண்டு அருகே வந்தாள்.

அதற்குள் அகிலன் கடவுச்சொல்லை செலுத்தினான்..

இதை கண்ட அலிஸா கோபத்தில் அருகில் நின்றவனின் துப்பாக்கியை பிடுங்கி அகிலனை சுட முயன்றாள்.. அனிதா வேகமாக சென்று அலிஸாவை தள்ளிவிட்டாள்...
துப்பாக்கியின் குண்டு வேறு திசையில் சென்று அருகில் நின்ற மற்றொருவன் மீது பாய்ந்தது, அவன் கீழே விழுந்து மடிந்தான். இவை அனைத்தும் ஒருசில நொடிகளில் நடந்தது.

இதே நேரத்தில் அந்த இயந்திரமானது தானாக செயல்பட்டு முற்றிலுமாக அழிந்தது...

அந்த இடமே அதிர்வுக்குள்ளாகியது..

இவற்றையெல்லாம் பார்த்த அலிஸா,

கடும் கோபமடைந்தால்..., "இங்கிருந்து யாரும் உயிருடன் செல்லக்கூடாது... அனைவரையும் சுட்டு கொள்ளுங்க..." என்றாள் அலிஸா.

அடுத்த நொடிகளில் துப்பாக்கி சப்தம் மட்டுமே கேட்டது...

அனிதா ஒரு மேஜை போன்ற அமைப்பின் பின் நின்று மறைந்து கொண்டாள்...

அகிலனும் ஓடிசென்று ஒரு இடத்தில் மறைந்து கொண்டான்.

அந்த இயந்திரம் பழுதடைந்ததால் அங்கு ஒரே புகைமூட்டமாக இருந்தது.

ஆதலால் அவர்கள் இருவரும் எங்கிருக்கிறார்கள் என்று தெரியவில்லை. சிறிது நேரம் வரை அங்கு துப்பாக்கி சத்தம் மட்டுமே கேட்டுக்கொண்டிருந்தது.

அலிஸா தன் கையை அசைத்து அவள் ஆட்களை முன்சென்று பார்க்க சொன்னாள்..

அந்நேரம் அலிஸாவின் பின்பக்கம் யாரோ ஒருவன் துப்பாக்கியை வைத்து, "அசையாதே..! உன் ஆட்களை ஆயுதங்களை கீழே போட்டுவிட்டு கீழே படுக்கச்சொல்..." என்று ஒரு குரல் கேட்டது...

அந்த குரலை கேட்டு முன்னே சென்ற ஆட்கள் சட்டென பின் திரும்பினர்...

அங்கு அலிஸாவின் பின்பக்கம் நின்றது ஜேம்ஸ் என்பது தெரிந்தது.

"சொல்வது கேட்கவில்லையா..? சீக்கிரம் கீழே போடுங்கள்..." என்றான் ஜேம்ஸ்.

உடனே அலிஸா, "சீக்கிரம், துப்பாக்கியை கீழே போட்டுவிட்டு கீழேபடுங்கள்..." என்றாள் அலிஸா.

அதன்படி எல்லோரும் ஆயுதத்தை கீழே போட்டு, படுத்தனர்... பிறகு அங்கிருந்து அகிலன் மற்றும் அனிதா இருவரும் மேலே எழுந்தனர்.

அங்கு ஜேம்ஸ் துப்பாக்கியை வைத்துக்கொண்டு நிற்பதை பார்த்து அசந்துபோனார்கள்...

"பார்த்தாயா..? எங்க சாருக்கு எவ்வளவு தைரியம் என்று..." என்று கூறினான் அகிலன்.

"பேசாமல் வா... இங்கிருந்து செல்வோம்.." என்றாள் அனிதா.

இருவரும் ஜேம்ஸ் இருக்கும் திசையை நோக்கி சென்றனர்.

ஜேம்ஸ் ,அவன் கண்களை கீழே காண்பித்தான்.. அகிலன் மற்றும் அனிதா இருவருக்கும் ஒன்றும் புரியவில்லை...

"என்ன கீழே காட்டுகிறான்... கீழே அனைவரும் படுத்துஇருக்கிறார்கள்... இதில் என்ன...?" என்று யோசித்துக்கொண்டே அவன் அருகில் இருவரும் சென்றனர்.

அகிலன், அலிஸாவின் முன்வந்து, "ஒரு கதையின் வில்லி என்று ஒருத்தி இருந்தால்.. ஒன்று இறக்க வேண்டும் அல்லது சரணடைய வேண்டும்... இதில் எது உனக்கு வேண்டும் " என்று கேட்டான் அகிலன்.

அதற்கு பதில் ஏதும் கூறாமல் கோபத்துடன் அகிலன் நோக்கினாள் அலிஸா.

அருகில் வந்த பிறகும், ஜேம்ஸ் கண்களை கீழே காண்பித்து கொண்டிருந்தான்.

"என்ன சார்..? அதான் எல்லோரையும் மடக்கிட்டீங்களே...?" என்று கேட்டுக்கொண்டே பின்பக்கம் வந்து பார்த்தான்.

பார்த்தவுடன் அகிலனுக்கு கண்கள் இரண்டும் பெரிதானது... இதை பார்த்த அனிதாவும் பின் சென்று பார்த்தாள், அவளும் ஆச்சரியப்பட்டாள்.

ஜேம்ஸ், வெறும் கையை வைத்துக்கொண்டு துப்பாக்கி போல் ஏமாற்றி கொண்டிருந்தான்...

அகிலன் மற்றும் அனிதாவிற்கும் இதை நினைத்து சிரிப்பதா..? இல்லை பயப்படுவதா..? என்று தெரியவில்லை...

மறுபடியும் சென்று ஆயுதங்களை எடுக்கமுடியாது.. எல்லாம் சற்று தொலைவில் கிடந்தது...

ஆகையால், சற்று யோசித்த அகிலன்.. "இவளை திருப்பாமல் அப்படியே இந்த இடத்தைவிட்டு செல்லவேண்டும்" என்று சிந்தித்தான் .

அதன்படி இருவரும் அப்படியே, அலிஸாவை திருப்பாமல் அப்படியே அவர்களை பார்த்தவண்ணம் கூட்டி சென்றனர்.

கொஞ்ச தூரம் அப்படியே சென்றதும், இந்த இயந்திரம் இருக்கும் இடம் முடிந்தது..

அலிஸாவின் ஆட்களை அதற்குள் வைத்தே கதவை மூடினார்கள்..

இப்பொழுது அவளை எப்படி கூட்டிசெல்வது... என்று யோசித்து கொண்டிருந்தனர்... இதுவரையிலும் அவளின் பின்புறம் இருப்பது துப்பாக்கி என்றே நினைத்துகொண்டிருந்தாள் அலிஸா.

அதற்குள் அங்கு சற்று நேரத்தில் நிறைய காவலர்கள் வந்து இறங்கினார்கள்...

அந்த தீவில் இருக்கும் அனைத்து ஆட்களையும் கைது செய்ய உத்தரவிட்டான் வந்த காவலர்களில் ஒருவன்.

பிறகு அலிஸா அருகே வந்தான் அந்த காவலன்..

"இதோ இவளையும் பிடித்து செல்லுங்கள்..." என்று ஜேம்ஸ் கூறி, அலிஸாவை தள்ளிவிட்டான். அலிஸா முன்னே சென்று காவலன் மேலே இடிபட்டு திரும்பினாள்..

திரும்பி பார்க்கையில் அவர்கள் கையில் துப்பாக்கி ஏதும் இல்லை... இதை கண்டு சற்று நேரம் அதிர்ச்சியானாள் அலிஸா.

உடனே ஜேம்ஸ், "என்ன பார்க்கிறாய்..?, துப்பாக்கியா..? இதோ இதுதான் துப்பாக்கி..." என்று கையை துப்பாக்கி போல் வைத்து காட்டினான்.

கோபத்தின் உச்சத்திற்கு சென்ற அலிஸா, "உங்களை விடமாட்டேன்..." என்று கத்திக்கொண்டு முன்னே வர, அந்த காவலன் அவளை பிடித்து கைகளை பின்னே வைத்து விளங்கு பூட்டினான்.

"துப்பாக்கிக்கும், கை துப்பாக்கிக்கும் வித்தியாசம் தெரியவில்லை... நீயெல்லாம் ஒரு வில்லியா...?" என்று கூறினான் ஜேம்ஸ்.

அலிஸா, அவர்கள் மூவரையும் பார்த்து முறைத்து கொண்டே அங்கிருந்து இழுத்து செல்லப்பட்டாள்

சற்று நேரத்தில் அந்த இடமே வெடித்து தரமட்டமானது...

அகிலன், "இந்த ஆபத்தான குறிப்புகள் எதுவும் வேண்டாம்" என்று கூறி அவன் கையில் வைத்திருந்த அவன் அப்பாவினுடைய டைரியை அந்த தீயில் போட்டு எரித்தான்.

இதை அங்கிருந்த அனிதா, ஜேம்ஸ் இருவரும் பார்த்துக்கொண்டிருந்தனர்.

சிறிது நேரம் கழித்து அனிதா அந்த இயந்திரம் இருந்த இடத்திற்கு சென்றாள்.

"இவ்வளவு பெரிய விபத்திலும்

அந்த கல்லுக்கு எதுவும் ஆகவில்லையே..!

"இதை எங்கள் அருங்காட்சியகத்தில் வைத்துக்கொள்ளலாம்..." என்று கூறி அதை எடுத்துக்கொண்டான் அகிலன்.

பின்பு அனைவரும் ஒரு ஹெலிகாப்டரில் ஏறி அங்கிருந்து சென்றனர்.

செல்லும்போது ஜேம்ஸை பார்த்து "சார்... கலக்கிட்டீங்க..."என்று கூறி கைகொடுத்தான் அகிலன்.

"சரியான நேரத்தில் காப்பாற்றினாய்..." என்று கூறினாள் அனிதா.

"சார், நீங்க இல்லைனா... எங்களுக்கு வேலையே இல்லை..." என்று கூறினான் அகிலன்.

"சரி.. சரி அதெல்லாம் இருக்கட்டும், உங்க அப்பா அந்த ஆயுதத்தை செயல்படுத்தத்தானே அந்த சிப்பை உருவாக்கினார். ஆனால் நீ அதை வைத்து அந்த இயந்திரத்தை அழித்து விட்டாயே...?" என்று கேட்டான் ஜேம்ஸ்.

"நீங்கள் கூறுவது சரிதான், ஆனால் என் அப்பா, அந்த டைரியில் அதில் செயலிழக்க வைக்கும் தகவலும் இருக்கிறது என்று குறிப்பிட்டிருந்தார்.... அவர்களை மாட்டிவிடவும், அந்த இயந்திரத்தை அழிக்கவேண்டும் என்பதற்காகவே நான் இங்கு வந்தேன்..." என்றான் அகிலன்.

"ஒரு வழியாக உன் தந்தையின் ஆசையை நிறைவேற்றிவிட்டாய்... " என்றான் ஜேம்ஸ்.

"ஆமாம், ஆனால் இது நீங்கள் இல்லாவிட்டால் சாத்தியமில்லை..." என்றான் அகிலன்.

இவ்வாறு பேசிக்கொண்டே அனிதாவை பார்த்தான் அகிலன்.

அனிதா, அகிலனை பார்த்து சிறு புன்னகைத்தாள்... அகிலனும் சிறு புன்னகைத்தான்...

இவற்றை கவனித்த ஜேம்ஸ், சற்று தொண்டையை கணைத்துவிட்டு "சரி..சரி... இருக்கட்டும்.. இருக்கட்டும்..." என்று கூறினான் ஜேம்ஸ்.

இவ்வாறு பேசிக்கொண்டே பயணம் தொடர்ந்தது...

முடிவுரை

8 மாதம் கழித்து,

இரவு நேரத்தில் சாலையில் ஒரு கார் வேகமாக சென்றது. காரை ஓட்டி செல்வது அலிஸா...

சிறையில் இருந்து தப்பித்து, மீண்டும் இந்த கல்லை எடுக்கவும், அகிலன் மற்றும் அனிதா இருவரை கொலை செய்யவும் வேகமாக சென்று கொண்டிருந்தாள் அலிஸா.

ஒருகட்டத்தில் கார் நிற்கவில்லை, பிரேக் செயலிழந்துவிட்டது.. ஆதலால் அலிஸாவால் காரை நிறுத்த முடியாமல் அங்கும் இங்கும் ஓட்டி ஒரு மரத்தில் மோதி, சம்பவயிடத்திலேயே இறந்துவிட்டாள். அங்கு ஒரு மறைவான இடத்தில் இருந்து வெளியே ஒரு உருவம் வந்தது. இருட்டின் வெளிச்சம் மெல்ல நீங்க... அது அகிலன் என்பது தெரிந்தது. சற்று நேரத்திற்கு முன் "அலிஸா ஓட்டிவந்த காரில் காரில் பிரேக்கை செயலிழக்க செய்ததை" நினைத்து பார்த்தான் அகிலன்.

மறுநாள் காலை,

அகிலன் மற்றும் அனிதா ஒரே வீட்டில் இறந்தனர்.

செய்தியில் குற்றவாளி அலிஸா தப்பிச்செல்லும் போது கார்விபத்தில் இறந்து விட்டார் என்று செய்தி வந்தது.

இதை பார்த்துவிட்டு அனிதா, அகிலனிடம் "அகிலா, பார்த்தாயா..? உன் தந்தையை எப்படி கொலை செய்தாலோ அதேபோல் அவளும் இறந்து விட்டாள்" என்று கூறினாள்.

இதற்கு பதில் எதுவும் கூறாமல் அகிலன், "உனக்கு ஒரு ஆச்சரியமான செய்தி இருக்கு..." என்றான்.

அனிதாவிற்கு ஒன்றும் புரியவில்லை...

அகிலன், அனிதாவின் கண்களை ஒரு துணியை வைத்து காட்டினான்.

அப்படியே கூட்டிச்சென்று ஒரு காரில் ஏற்றி உட்கார வைத்து, நெடு தூரம் ஓட்டிச்சென்றான்.

பிறகு அங்கிருந்து ஒரு ஹெலிகாப்டரில்

மீண்டும் ஒரு தீவுக்கு கூட்டிச்சென்றான்.

அந்த தீவில் இறங்கிய பின், கட்டியிருந்த துணியை கழட்டினான் அகிலன்.

அனிதா கண்ட காட்சி, அவளை ஆச்சரியத்தில் மூழ்கடித்தது.

அனிதாவுக்கு ஒன்றுமே புரியவில்லை.

அங்கு பார்த்தால் மிகப்பெரிய ஆராய்ச்சிக்கூடம் இருந்தது. அகிலனுடைய தந்தை ஆல்பர்ட் கண்டறிந்த இயந்திரம் போல் பல இயந்திரங்கள் அங்கு இருந்தன.

அசந்துபோன அனிதா, "அகிலன்....! என்ன இது..?" என்று கேட்டாள்.

"பார்த்தால் எப்படி தெரிகிறது...?" என்று கேட்டான் அகிலன்.

"உன் தந்தை அந்த இயந்திரத்தை அழிக்கதானே சொன்னார்.. ஆனால் நீ இதுபோல் பல இயந்திரங்களை செய்துவைத்திருக்கிராய்...?" என்று கேட்டாள் அனிதா.

"ஆம்.. ஒரு சிறிய மாற்றம்.. என் தந்தை அதை அடியோடு அழிக்க சொல்லவில்லை.

வைரக்கல்லை தோண்டி எடுத்து அதை கடலில் தூக்கி போட ஆசை வருமா..?

அந்த கல்லைவைத்து அழிவு சக்தியை உருவாக்காமல், அதை ஆக்க சக்தியாக மாற்றுவதே அவர் எண்ணம்... ஆதலால் அவர் ஆசையை நிறைவேற்றிக் கொண்டிருக்கிறேன்..." என்றான் அகிலன்.

"இது வெளியில் தெரிந்தால், மிகப்பெரிய ஆபத்து... நல்லவேளை அலிஸா உயிருடன் இல்லை" என்று கூறினாள் அனிதா.

அகிலன், அதற்காகத்தான் அலிஸாவை நான் கொலை செய்தேன் என்று மனதில் எண்ணிக்கொண்டு,

"அதை பற்றிய கவலைவேண்டாம்.. இந்த தீவு இருக்கும் இடம் யாருக்கும் தெரியாது. இன்னும் சொல்லப்போனால் செயற்கைக்கோள் வரைபடத்தில் கூட தெரியாது... காரணம், என் தந்தை இதுபோல் ஒரு கல் மட்டும் கண்டறியவில்லை, பல கற்களை கண்டறிந்தார்.. அவை இருக்கும் இடம் பற்றி குறிப்பிட்டிருந்தார்... அந்த கற்களை வைத்தே இந்த தீவை மறைய செய்துவிட்டேன் " என்றான் அகிலன்.

"இந்த கல்லில் இவ்வளவு சக்தி இருக்கிறதா...?" என்று கேட்டாள் அனிதா.

"ஆமாம், இதை ஆக்கசக்தியாக மாற்றக்கூடிய பணி இன்னும் நடந்துகொண்டிருக்கிறது... இதற்கு நீயும் உதவிட வேண்டும்..." என்று கூறினான் அகிலன்.

"நிச்சயமாக உதவுகிறேன்... அது என் கடைமை.." என்று அனிதா கூறி

இருவரும் கைகோர்த்து நின்றார்கள்...

இனி ஆக்கசக்தியின் பணி தொடரும்...

நன்றி

www.ingramcontent.com/pod-product-compliance
Lightning Source LLC
LaVergne TN
LVHW040336171026
850499LV00046B/2106
* 9 7 8 9 3 9 1 4 2 3 3 6 0 *

அதிசய கல்

தமீமுல் அன்சாரி

ஏலே பதிப்பகம்

அதிசய கல்
ஆசிரியர் © **தமீமுல் அன்சாரி**

முதற்பதிப்பு 2021
பக்கங்கள் 51

புத்தகத்தின் முழு உரிமையும்
ஆசிரியருக்கே சொந்தமாகும்
©Dameemul Ansari

ISBN 978-93-91423-36-0

புத்தகம் வெளியிடு
ஏலே பதிப்பகம்
aelaypublish@gmail.com
phone – 9944992571

Aelay Publish
www.aelaypublish.com